Dr. Jaerock Lee

Mutunule era Musabe

URIM BOOKS

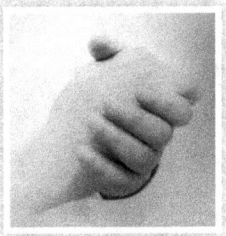

*Era [Yesu] n'adda eri abayigirizwa, n'abasanga
nga beebase, n'agamba Peetero nti,
"Kazzi temuyinzizza kutunula nange n'essaawa emu?
Mutunule musabe, muleme okuyingira mu
kukemebwa, omwoyo gwe gwagala
naye omubiri gwe munafu."
(Matayo 26:40-41)*

Mutunule era Musabe kya Dr. Jaerock Lee
Kyafulumizibwa aba Urim Books (Abakulirwa: Johnny H. Kim)
73, Yeouidaebang-ro 22-gil, Dongjak-gu, Seoul, Korea
www.urimbooks.com

Obuyinza bwonna tubwesigaliza. Ekitabo kino oba ebitundu byakyo tebirina kufulumizibwa nate mu ngeri yonna, oba okuterekebwa mu ngeri yonna, oba okufulumizibwa mu kika kyonna ng'okwokyesaamu, okunaazaamu kkoppi, awatali lukusa okuva eri abaakafulumya.

Okujjako nga kiragiddwa, Ebyawandiikibwa byonna bisimbuddwa mu Ekitabo Ekitukuvu ekiyitibwa BAIBULI Ekyafulumizibwa aba KAMPALA THE BIBLE SICIETY OF UGANDA

Obwannanyini © 2016 bwa Dr. Jaerock Lee
ISBN: 979-11-263-0675-6 03230
Obwannannyini bw'okukavunula mu lungereza © 2014 ye Dr. Esther K. Chung. Ng'akkiriziddwa.

Kyasooka okufulumizibwa mu lulimi olu Korea aba Urim Books mu 1992

Kyasooka kufuluma mu mwezi gw'okuna omwaka gwa 2021

Kyasunsulibwa Dr. Geumsun Vin
Kyalungiyizibwa ekitongole ekisunsuzi ekya Urim Books
Kyateekebwa mu kyapa ekitongole kya Yewon Priting Company
Ayagala ebisingawo kwatagana ne: urimbook@hotmail.com

Obubaka Bw'omuwandiisi

Nga Katonda bw'atulagira okusaba obutalekaayo, era atulaga mu ngeri nnyingi lwaki tulina okusaba obutalekaayo era n'atulabula okusaba tuleme okugwa mu kukemebwa.

Nga okussa bwe kutali kuzibu eri omuntu omulamu obulungi, omuntu omulamu mu mwoyo takisangamu buzibu era tekimukaluubiriza okutambulira mu kigambo kya Katonda n'okusaba obutalekaayo. Kino kiri bwe kityo lwakuba omuntu gy'akoma okusaba, gyakoma n'okuba omulamu era nga buli kimu kiba kimutambulira bulungi era nga ne mmeeme ye eri bulungi. Kale obukulu bw'okusaba tebusobola kunyonyolwa ne buggwayo.

Omuntu ng'obulamu bwe bukomye tasobola kusiza mu nnyindo. Mu ngeri y'emu, omuntu ng'omwoyo gwe gufudde abeera tasobola kussa mu mwoyo. Kwe kugamba, omwoyo gw'omuntu gw'afa olw'ekibi kya Adamu, naye abo ng'omwoyo gwabwe gwaddizibwa buggya olw'Omwoyo Omutukuvu tebalirema kusaba kasita omwoyo gwabwe gubeera mulamu, ng'era bwe tutasobola kuwummulamu mu ku ssa.

Abakkiriza abaggya abaakakkiriza Yesu Kristo babeera ng'abaana. Babeera tebamanyi ngeri ya kusaba era ne bawulira ng'okusaba kubateganya. Kyokka bwe batalekaayo kwesigama ku Kigambo kya Katonda n'okunyiikira okusaba, omwoyo gwabwe gujja kukula era gunywezebwe nga bwe basaba n'amaanyi. Olwo nno abantu bano banaakizuula nti tebasobola kubeerawo awatali kusaba, nga bwe watali muntu asobola kubeera mulamu nga tasaba.

Okusaba si mukka ogw'omwoyo gwe tussa gwokka wabula era mukutu gwe tuyitamu okwogeraganya wakati wa Katonda n'abaana Be, nga bulijjo gulina okubeera omuggule. Eky'okuba nti tewali kunyumya wakati w'abazadde n'abaana bangi mu maka ge nnaku zino mutawaana gwa maanyi. Okwesigang'ana kwonooneddwa era enkolagana yaabwe yakimpatiira. Kyokka wadde guli gutyo, tewali kye tutayinza kubuulira Katonda waffe.

Katonda waffe ayinza byonna ye Taata waffe atumanyi

era atutegeera obulungi ennyo, era nga yasinga okutufaako ennyo ebiseera byonna, era kwe kuyaayaana kwe okuba nga twogeraganya Naye buli ssaawa. Eri abakkiriza, n'olwekyo, okusaba kye kisumuluzo ekitukonkonya n'okuggulawo oluggi eri omutima gwa Katonda ayinza byonna era eky'okulwanyisa ekisukuluma obudde n'ekifo. Tetulabye, oba okuwulira, n'okwerabirako Abakristaayo abatabalika ng'obulamu bwabwe bukyusiddwa n'ebyafaayo by'ensi engeri gye bibadde bitambulamu olw'essala ey'amaanyi?

Nga tusaba n'obuwombeefu okuyambibwa Omwoyo Omutukuvu, Katonda ajja kutujjuza Omwoyo Omutukuvu, ajja kutuganya okutegeera obulungi okwagala Kwe era tukutambuliremu, era atusobozese okuwangula omulabe setaani era tubeere bawanguzi mu nsi eno. Wabula wadde guli gutyo, omuntu bwalemererwa okufuna okulung'amizibwa kw'Omwoyo Omutukuvu olw'okuba tasaba, ajja kwesigama okusooka oba okwongera okwesigama ku birowoozo bye n'ebyo by'amaanyi, era atambulire mu gatali mazima agakontana n'okwagala kwa Katonda, era nga kijja kubeera kizibu gyali okufuna obulokozi. Eyo yensonga lwaki Bayibuli mu Bakolosaayi 4:2 watugamba nti, "Munyiikirirenga mu kusaba, nga mutunulanga mu kusaba mu kwebaza," ne mu Matayo 26:41, "Mutunule musabe, muleme okuyingira mu kukemebwa; omwoyo gwe gwagala naye omubiri gwe munafu."

Ensonga lwaki Omwana wa Katonda omu yekka Yesu yasobola okutuukiriza emirimu Gye gyonna okusinziira ku kwagala kwa Katonda lw'amaanyi agali mu kusaba. Nga tannatandika buweereza Bwe mu bantu, Mukama waffe yasiiba ennaku 40 era n'ateekawo eky'okulabirako eky'obulamu obw'okusaba ng'asaba buli ssaawa mu buweereza Bwe obw'emyaka essatu.

Tusanga Abakristaayo bangi nga bategeera omugaso gw'okusaba, naye bangi ku bo balemererwa okufuna okuddamu kwa Katonda kubanga tebamanyi kusaba okusinziira ku kwagala kwa Katonda. Kinuma nnyo okulaba n'okuwulira abantu ab'ekika ekyo okumala ebbanga ddene, naye ndi musanyufu nnyo okuba nga nfulumya ekitabo eky'ogera ku kusaba nga kyesigama ku myaka egisoba mu 20 egy'obuweereza saako ebyo bye neerabiddeko n'amaaso gange.

Nsubira nti akatabo kano akatono kajja kuyamba nnyo buli musomi mu kusisinkana n'okwerabira ku by'amagero bya Katonda, era ng'atambulira mu bulamu obujjudde okusaba. Ka buli musomi abeere bulindaala era asabe obutalekaayo asobole okubeera omulamu era buli kimu kimutambulire bulungi nga ne mmeeme ye bw'eri obulungi, mu linnya lya Mukama waffe nsabye!

Jaerock Lee

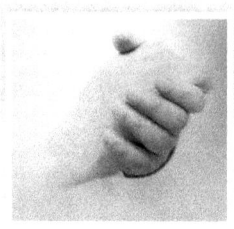

Ebirimu

Mutunule era Musabe

Obubaka Bw'omuwandiisi

Essuula 1
Musabe, Munoonye, Mweyanjule 1

Essuula 2
Kkiriza nti kyosabidde Okifunye 21

Essuula 3
Ekika Ky'okusaba Ekisanyusa Katonda 35

Essuula 4
Muleme Okuyingira mu Kukemebwa 57

Essuula 5
Okusaba Kw'omuntu Omutuukirivu 75

Essuula 6
Amaanyi agali Mukusaba Okw'abo abeetabye awamu 89

Essuula 7
Ssabanga Bulijjo era Tokoowa 105

Essuula 1

Musabe, Munoonye, Mweyanjule

"Musabe, muliweebwa;
munoonye, muliraba, mweyanjule muliggulirwawo.
Kubanga buli muntu asaba, aweebwa,
anoonya alaba, eyeeyanjula aliggulirwawo.
Oba muntu ki ku mmwe,
Omwana we bw'alimusaba emmere, alimuwa ejjinja?
Oba bw'alisaba ekyennyanja, alimuwa omusota?
Kale mmwe, ababi, nga bwe mumanyi okuwa
abaana bammwe ebintu ebirungi
Kitammwe ali mu ggulu talisinga nnyo
okubawa ebirungi abamusaba!"

(Matayo 7:7-11)

1. Katonda Agabira Abo Abamusaba Ebirabo Ebirungi

Katonda tayagala baana Be kubonaabona na bwavu saako endwadde kyokka ayagala buli kintu mu bulamu bwabwe kibatambulire bulungi. Kyokka wadde guli gutyo, bwe tutuula obutuuzi ne tutabaako na kye tukola, tetujja kukungula kintu kyonna. Wadde Katonda asobola okutuwa buli kintu kyonna ekiri mu nsi kubanga buli kimu ekirimu ki Kye, Ayagala abaana Be okumusaba, kumunoonya, olwo babifunire ku bwabwe.

Bwe wabaayo omuntu ayagala okubaako kyafuna kyokka n'ayimirira buyimiriza awo, abeera tayawukana na bimuli bisimbiddwa mu nimiro. Nga abazadde bayinza okuggwako emirembe singa omwana waabwe yeyisa nga ebimera ebibeera mu kifo ekimu ng'amala obudde bwe bwonna ng'atuddde butuuzi talina kyagezaako kwekolera! Embeera ng'eyo ebeera nga ey'omuntu omunafu amala obudde bwe bwonna ng'alindirira ekibala okugwa okuva ku muti kigwe mu kamwa ke butereevu.

Katonda ayagala tufuuke abaana Be abagezi era abafuba n'obutakoowa kusaba, kumunoonya, n'okweyanjula, bwe batyo beeyagalire mu mikisa Gye nga bwe bamuddiza ekitiibwa. Eyo yensonga lwaki atulagira tusabe, tunoonye, era tweyanjule. Teri muzadde ajja kuwa mwana we jjinja bw'abeera asabye mugaati. Oba teri muzadde asobola kuwa mwana we musota ng'asabye kyennyanja. Wadde omuzadde mubi nnyo, ayagala okuwa omwana we ebintu ebirungi. Temulowooza nga Katonda waffe – eyatwagala okutuuka ku ssa ly'okuwaayo Omwana We omu yekka okufa ku lwaffe – ajja kuwa abaana Be ebintu ebirungi bwe banaamusaba?

Mu Yokaana 15:16 Yesu atugamba, "Si mmwe mwannonda nze, naye Nze nnabalonda mmwe, ne mbateekawo, mugende mubalenga ebibala, n'ebibala bya mmwe bibeerengawo. Kyonna kye munaasabanga Kitange mu linnya Lyange, akibawenga." Kino kye kisuubizo okuva eri Katonda Ayinza byonna eky'okwagala nti bwe tufuba okusaba, ne tunoonya, era ne tweyanjula, Ajja kuggulawo enzigi z'omu ggulu, atuwe omukisa, era addemu n'okuyaayaana kw'emitima gyaffe.

N'ennyiriri Essuula eno kw'esinzidde, katuyige engeri y'okusabamu, okunoonya, n'okweyanjula era tufune byonna bye tusaba okuva eri Katonda olwo kisobole okumuweese ekitiibwa era libeere essanyu ery'amaanyi gye tuli.

2. Musabe Muliweebwa

Katonda agamba abantu bonna nti, "Musabe muliweebwa," era nga Ayagala buli muntu yenna okuweebwa omukisa. Olwo, kiki kyatugamba okusaba?

1) Tusabire Amaanyi ga Katonda n'okulaba Amaaso Ge

Katonda, ng'amaze okutonda eggulu n'ensi na buli kimu ekirimu, olwo n'alyoka atonda omuntu. Era n'amuwa omukisa n'amugamba okweyongeranga n'okwalanga, okujjuzanga ensi n'okugifuganga; okufuganga eby'Omu nnyanja n'ebinnyonyi eby'omu bbanga na buli kintu kyonna ekisa ekiri ku nsi. Oluvannyuma lw'omusajja eyasooka Adamu okujeemera ekigambo kya Katonda, emikisa egyo yagifiirwa era ne yeekweka ku Katonda bwe yawulira eddoboozi Lye (Olubereberye 3:8). Era, omuntu eyafuuka omwonoonyi azze agibwa ku Katonda ng'atwalibwa mu kkubo ery'okuzikirira ng'omuddu w'omulabe setaani.

Eri ab'onoonyi ab'ekika kino, Katonda kwagala yasindika Omwana we Yesu Kristo ku nsi kuno okubalokola, era n'aggulawo oluggi eri obulokozi bwabwe. Era omuntu yenna bw'akkiriza Yesu Kristo ng'Omulokozi we era n'akkiririza mu linnya Lye, Katonda amusonyiwa ebibi bye byonna era n'amuwa ekirabo eky'Omwoyo Omutukuvu.

Era, okukkiririza mu Yesu Kristo kututwala eri obulokozi era ne kutusobozesa okufuna amaanyi Ge. Okujjako nga Katonda atuwadde amaanyi Ge, lwe tusobola okutambulira mu bulamu obw'ekikristaayo. Kwe kugamba, lwa kisa kya Katonda n'amaanyi okuva mu ggulu, lwe tusobola okuwangula ensi era ne tutambulira mu Kigambo kya Katonda. Era nga twetaaga okufuna amaanyi Ge okusobola okuwangula omulabe.

Zabuli 105:4 watugamba, "Munoonyenga MUKAMA n'amaanyi Ge; Munoonyenga amaaso Ge ennaku zonna." Katonda waffe, "NINGA BWE NDI" (Okuva 3:14), Ye mutonzi we ggulu n'ensi (Olubereberye 2:4), era Omufuzi w'ebyafaayo byonna na buli kintu kyonna mu nsi okuva ku ntandikwa n'emirembe gyonna. Katonda kigambo era olw'ekigambo Yatonda buli ebintu byonna mu nsi era n'olwekyo, Ekigambo Kye maanyi. Olw'okuba ekigambo ky'omuntu kikyukakyuka, tebalina maanyi gatonda bintu oba okutondawo embeera. Ng'ogyeeko ekigambo ky'omuntu ekitali ky'amazima era ekikyukkyuka, kyo Ekigambo kya Katonda kiramu era kijjudde amaanyi, era kisobola okutonda ekintu.

N'olwekyo, omuntu ne bwabeera munafu atya, bw'awulira Ekigambo kya Katonda ekiramu era n'akikkiriza awatali kubuusabuusa, naye, asobola okutonda ebintu awatali mwe biva. Okutonda ekintu nga tolina mw'okiggye tekisoboka awatali kukkiririza mu kigambo kya Katonda. Eyo yensonga lwaki Yesu yalangirira eri abo bonna abajjanga gyali nti, "Kinaakukolerwa nga bw'okkiriza" (Matayo 8:13). Mu bufunze, okusabira amaanyi ga Katonda kye kimu ng'okumusaba okutuwa okukkiriza.

Olwo, kitegeeza ki, "Munoonyenga amaaso Ge ennaku

zonna"? Nga bwe tutayinza kugamba nti 'tumanyi' omuntu nga tetumanyi mu maaso bw'afaanana, "okunoonya amaaso Ge" kitegeeza amaanyi ge tuteekamu mu kuzuula "Katonda y'ani." Kitegeeza abo abaali beewala okulaba amaaso ga Katonda n'okuwulira eddoboozi Lye kati bagguddewo emitima gyabwe, banoonya n'okwagala okutegeera Katonda, saako okugezaako okuwulira eddoboozi Lye. Omwonoonyi tasobola kuyimusa mutwe gwe era abeera agezaako okukweka abantu abalala amaaso. Kyokka kasita afuna okusonyiyibwa, asobola okuyimusa omutwe gwe bulungi okusobola okulaba abantu abalala.

Mu ngeri y'emu, abantu bonna ababadde ab'onoonyi okuyita mu kujeemera ekigambo kya Katonda, naye bwe basonyiyibwa olw'okukkiriza Yesu Kristo era ne bafuuka abaana ba Katonda nga bafuna Omwoyo Omutukuvu, kati babeera basobola okulaba Katonda kubanga Ye yennyini gwe musana, kubanga Katonda omutuukirivu abeera abalangiridde nti batuukirivu.

Ensonga esingayo obukulu lwaki Katonda agamba abantu bonna "okusaba ku lw'okulaba amaaso ga Katonda" kubanga ayagala buli ssekinnomu ku bo – ab'onoonyi – okukomezebwawo eri Katonda era bafune Omwoyo Omutukuvu nga basaba okulaba amaaso ga Katonda, era basobole okufuuka omwana We asobola okumusemberera ne balabagana. Omuntu bw'afuuka omwana wa Katonda Omutonzi, ajja kufuna eggulu n'obulamu obutaggwaawo saako essanyu, nga ogwo gwe mukisa ogusinga ekintu ekirala kyonna.

2) Saba Okutuukiriza Obwakabaka Bwe n'obutuukirivu Bwe

Omuntu eyafunye Omwoyo Omutukuvu era n'afuuka omwana wa Katonda abeera asobola okutambulira mu bulamu obuggya, kubanga azaaliddwa omulundi ogw'okubiri ogw'omwoyo. Katonda alaba nga n'omwoyo ogumu gwa muwendo nnyo mu ggulu ne mu nsi atugamba ffe abaana Be okusaba okutuukiriza obwakabaka Bwe n'obutuukirivu bwe okusooka ekirala kyonna (Matayo 6:33).

Yesu atugamba bwati mu Matayo 6:25-33:

Kyenva mbagamba nti, Temweraliikiriranga bulamu bwammwe, nti mulirya ki, mulinnywa ki, newakubadde omubiri gwammwe, nti mulyambala ki. Obulamu tebukira mmere, n'omubiri tegukira byakwambala? Mulabe ennyonyi ez'omu bbanga, nga tezisiga, so tezikungula, tezikung'anyiza mu mawanika, era Kitammwe ali mu ggulu aziriisa ezo. Mmwe temusinga nnyo ezo? Ani mu mmwe bwe yeeraliikirira, ayinza okweyongerako ku bukulu bwe n'akaseera akamu? Naye ekibeeraliikiriza ki eby'okwambala? mutunuulire amalanga ag'omu ttale, bwe gamera, tegakola mulimu, so tagalanga lugoye. Naye mbagamba nti ne Sulemaani mu kitiibwa kye kyonna, teyayambalanga ng'erimu ku go. Naye Katonda bw'ayambaza bw'atyo omuddo ogw'omu ttale, oguliwo leero, ne jjo bagusuula mu kyoto, talisinga nnyo okwambaza mmwe, abalina okukkiriza okutono! Kale temweraliikiriranga nga mwogera nti, 'tulirya ki?' oba 'Tulinywa ki?' oba 'Tulyambala ki?' Kubanga ebyo byonna amawanga bye ganoonya, kubanga Kitammwe ali mu ggulu amanyi nga mwetaaga ebyo byonna. Naye musooke munoonye obwakabaka Bwe n'obutuukirivu Bwe, era ebyo byonna mulibyongerwako.

Olwo, "okunoonya obwakabaka bwa Katonda" kye ki "n'okuboonya obutuukirivu Bwe"? Kwe kugamba, lwaki tubeera tusabira okutuukiriza obwakabaka bwa Katonda n'obutuukirivu Bwe?

Ku lw'abantu ababadde abaddu b'omulabe era nga balina kuzikirira, Katonda yasindika Omwana We omu yekka ku nsi kuno era n'aganya Yesu okufiira ku musalaba. Okuyita mu Yesu Kristo, Katonda era yatuddiza obuyinza bwe twali twagibwako era n'atukkiriza okutambulira ku kkubo eritutwala eri obulokozi. Gye tukoma okutambuza amawulire amalungi aga Yesu Kristo oyo eyatufiirira kyokka n'azuukira, amaanyi ga Setaani gye gakoma okwonoonebwa. Amaanyi ga Setaani gye gakoma okwonoonebwa, emyoyo egyali gy'abula gyonna gye gikoma okujja eri obulokozi. Emyoyo egyabula gye gikoma okujja eri obulokozi, n'obwakabaka bwa Katonda gye bukoma okugaziyizibwa. Kale, "Okunoonya obwakabaka bwa Katonda" kitegeeza okusabira omulimu gw'okulokola emyoyo oba obuweereza bw'obu minsoni eri ensi yonna, abantu bonna basobola okufuuka abaana ba Katonda.

Twatambuliranga mu kizikiza era wakati mu kibi n'obubi, naye okuyita mu Yesu Kristo twaddizibwaamu amaanyi okujja mu maaso ga Katonda nga Ye yennyini gwe musana. Kubanga Katonda atambulira mu bulungi, mu butuukirivu, era mu musana, bwe tubeera mu bibi n'obubi tetusobola kujja mu maaso ga Katonda wadde okubeera abaana Be.

N'olwekyo, "okunoonya obutuukirivu bwa Katonda" kitegeeza okusabira omwoyo gw'omuntu ogufudde gusobole okuzuukizibwa, omwoyo gwe gusobole okukulaakulana era afuuke atuukiridde ng'atambulira mu Kigambo kya Katonda. Tulina okusaba Katonda okutuganya okuwulira n'okusanyukira mu kigambo kya Katonda, okuva mu kibi n'ekizikiza era tutambulire mu musana, era tufuuke abatukuziddwa nga tulabira ku butuukirivu bwa Katonda.

Okweggyako emirimu gy'omubiri okusinziira ku kwegomba kw'Omwoyo Omutukuvu n'okufuuka abatukuziddwa nga tutambulira mu mazima n'okutuukiriza obutuukirivu bwa Katonda. Era nga tusabira okutuukiriza obutuukirivu bwa Katonda tujja kubeera balamu era buli kimu kitutambulire bulungi nga n'omwoyo gwaffe bwe gubeera obulungi (3 Yokaana 1:2). Yensonga lwaki Katonda atulagira okusooka okutuukiriza obwakabaka bwa Katonda n'obutuukirivu Bwe, olwo n'atusuubiza nti buli kimu kijja kutwongerwako.

3) Saba okufuuka omukozi We n'okutuukiriza obuvunaanyizibwa Obuweebwa Katonda

Bw'osaba okutuukiriza obwakabaka bwa Katonda n'obutuukirivu Bwe, obeera olina okusaba okufuuka omukozi We. Bw'oba nga wafuuka dda omukozi We, olina okusaba ennyo okusobola okutuukiriza obuvunaanyizibwa obuweebwa Katonda. Katonda agabira abo abamunoonya empeera (Abaebbulaniya 11:6) era Katonda buli omu alimuwa empeera ng'omulimu gwe bwe guli (Okubikkulirwa 22:12).

Mu Kubikkulirwa 2:10, Yesu atugamba, "Tubeerenga beesigwa okutuusa okufa, Naye alituwa engule ey'obulamu." Ne mu bulamu buno, omuntu bw'annyiikira okusoma abeera asobola okufuna omukisa ogw'okusomera obwereera era n'aweebwe n'ekifo mu ttendekero eddungi. Omuntu bwakola ennyo okusobola okutuukiriza omulimu gwe, asobola okukuzibwa era n'aweebwa ekitiibwa ekisingawo n'omusala omungiko.

Mu ngeri y'emu, abaana ba Katonda bwe babeera beesigwa eri obuvunaanyizibwa bwabwe obuweebwa Katonda, bajja kuweebwa obuvunaanyizibwa obusingawo n'empeera yaabwe nayo ebeera nnene. Empeera z'ensi eno tosobola kuzigeraageranya n'empeera ez'omu bwakabaka obw'omu ggulu mu bunene n'ekitiibwa. N'olwekyo, buli omu ku ddaala kwali alina okufuba mu kukkiriza era asabe okufuuka omukozi wa Katonda ow'omuwendo.

Omuntu bw'aba tannafuna obuvunaanyizibwa obuweebwa Katonda, alina okusaba okusobola okufuuka omukozi w'obwakabaka bwa Katonda. Omuntu bw'aba yaweebwa dda obuvunaanyizibwa, alina okusaba okusobola okubutuukiriza obulungi era abeere ng'atunuulira obuvunaanyizibwa obusingawo. Omuntu owa bulijjo alina okusaba okufuuka dinkoni kyokka dinkoni alina okusaba okufuuka omukadde w'ekanisa. Omukulembeze w'ekibiina ekikung'anira mu maka g'abantu ag'enjawulo giyite seero alina okusaba okufuuka omukulembeze w'ekibiina ekinene, okuyimusibwa okuva ku ddala kwali.

Wabula kino tekitegeeza nti omuntu alina okusaba asobola okufuna ekitiibwa ky'obukadde bw'ekanisa oba dinkoni. Kitegeeza okuyaayaanira okubeera omwesigwa eri obuvunaanyizibwa bwe, nga afuba okubutuukiriza, n'okuweereza saako okwagala okukozesebwa Katonda mu buvunaanyizibwa obusingawo.

Ekintu ekisinga obukulu eri omuntu alina obuvunaanyizibwa obuweebwa Katonda kwe kuba nti mwesigwa nnyo mu buvunaanyizibwa obwo ng'obwesigwa bwe bumusobozesa n'okutuukiriza obuvunaanyizibwa obusingawo ne ku bwalina mu kiseera ekyo. Olwa kino, alina okusaba Katonda asobole okumusiima ng'agamba, "Gyebale, oli mukozi mulungi omwesigwa!"

1 Abakkolinso 4:2 watugamba, "Era wano kigwanira

abawanika, omuntu okulabikanga nga mwesigwa." N'olwekyo, buli omu ku ffe alina okusaba okusobola okufuuka omukozi wa Katonda omwesigwa mu kanisa zaffe, omubiri gwa Kristo, ne mu bifo bye tulimu eby'enjawulo.

4) Saba emmere eya leero

Okusobola okununula omuntu mu bwavu, Yesu yazaalibwa nga mwavu. Okusobola okuwonya buli ndwadde n'obunafu bwonna, Yesu yakubibwa era n'ayiwa omusaayi Gwe. N'olwekyo, kiba kya bwenkanya abaana ba Katonda okweyagalira mu birungi okubeera abalamu, era nga buli kimu ne kibatambulira bulungi.

Bwe tusooka okusaba okutuukiriza obwakabaka bwa Katonda n'obutuukirivu Bwe, Atugamba nti ebirala byonna binaatwongerwako (Matayo 6:33). Kwe kugamba, oluvannyuma lw'okusabira okutuukiriza obwakabaka bwa Katonda n'obutuukirivu, tulina okusabira ebintu ebituyamba okubeerawo mu bulamu obw'ensi eno, gamba nga emmere, ebyambalo, aw'okusula, emirimu, n'emikisa ku mirimu gyaffe, ab'omu maka gaffe okubeera obulungi, n'ebiringa ebyo. Olwo Katonda anaatujjulizaawo nga bwe yasuubiza. Naye jjukira nti bw'osaba ebintu ng'ebyo olw'okwegomba kwaffe so si lwa kitiibwa kya Katonda, Katonda tajja kuddamu ssaala zaffe. Essaala erimu okwegomba okubi terina wekwataganira na Katonda.

3. Munoonye Muliraba

Bw'oba "ng'onoonya," kitegeeza nti olina ekikubuzeeko. Katonda ayagala abantu bafune "ekyo" ekibabuzeeko. Olw'okuba atulagira tunoonye, tulina okusooka okutegeera ekyo ekitubuzeeko tusobole okunoonya "ekyo" ekyatubulako. Era tulina n'okutegeera engeri gye tuyinza okukifunamu.

Olwo, kiki, ekyatubulako era tuyinza "kukinoonya" tutya?

Okusooka omuntu Katonda gwe yasooka okutonda yali omuntu omulamu ng'alina omwoyo, emmeeme, n'omubiri. Omuntu ono omulamu yali asobola okuwuliziganya ne Katonda nga Ye mwoyo, omuntu eyasooka yeeyagalira mu mikisa gyonna Katonda gye yali yamuwa era ng'atambulira mu kigambo Kye.

Kyokka, bwe yamala okukemebwa Setaani, omuntu eyasooka n'ajeemera ekiragiro kya Katonda. Mu lubereberye 2:16-17 tulaba nti, "MUKAMA Katonda n'alagira omuntu n'amugamba nti, 'Buli muti ogw'omu lusuku olyangako nga bw'onooyagalanga; naye omuti ogw'okumanya obulungi n'obubi togulyangako, kubanga olunaku lw'oligulyako tolirema kufa.'"

Wadde obuvunaanyibwa bw'omuntu obusookera ddala kwe kutya Katonda N'okukuumanga amateeka Ge (Omubuulizi 12:13), omuntu eyasooka okutondebwa teyagondera kiragiro kya Katonda. Era gye byaggwera, nga Katonda bwe yali amulabudde, bwe yamala okulya ku muti ogw'okumanya obulungi n'obubi, omwoyo ogwali mu ye ne gufa era n'afuuka omuntu ow'emmeeme yokka, nga tasobola kuwuliziganya na Katonda nate. Okwongereza kw'ekyo, n'emyoyo gy'ezzadde lye lyonna n'egifa era ne bafuuka abantu ab'omubiri, nga tebakyasobola kutuukiriza buvunaanyizibwa bwabwe mu bujjuvu. Adamu yagobebwa mu lusuku Adeni ne bamusindika eri ettaka erikolimiddwa. Kati ye n'abantu bonna abaali bajja okuddawo baali balina okubeera mu nnaku mu kubonaabona saako okubeera mu ndwadde, era nga mu ntuuyo ze mwe yalinga ow'okugya eky'okulya. Era, nga tebakyali mu mbeera egwanidde ekigendererwa ky'okutondebwa Katonda era bwe baagendanga banoonya ebintu ebitaliimu makulu olw'okugoberera ebirowoozo byabwe, ne b'onoonebwa.

Omuntu alina omwoyo omufu era ng'alina mubiri na mmeeme byokka okusobola okuddamu okubeera omulamu nate mu ngeri esaana ekigendererwa ekyamutonza Katonda, alina okukomyawo omwoyo gwe ogwabula. Okujjako ng'omwoyo ogwafa mu muntu guzuukiziddwa, bwasobola okufuuka omuntu ow'omwoyo, era n'asobola okuwuliziganya ne Katonda nga Ye Mwoyo mwereere, era lwajja okusobola okutambula ng'omuntu omutuufu. Yensonga lwaki Katonda atulagira okunoonya omwoyo gwaffe ogwabula.

Katonda yaggulira abantu bonna ekkubo ery'okuzuukusa omwoyo gwabwe omufu era ng'ekkubo eryo ye Yesu Kristo.

Bwe tukkiririza mu Yesu Kristo, nga Katonda bwe yatusuubiza, tujja kufuna Omwoyo Omutukuvu era Omwoyo Omutukuvu ajja kujja abeere mu ffe, era azuukize omwoyo gwaffe ogwali gufudde. Bwe tunoonya amaaso ga Katonda era ne tukkiriza Yesu Kristo oluvannyuma lw'okumuwulira ng'akonkona ku luggi lw'emitima gyaffe, Omwoyo Omutukuvu ajja kujja azaale omwoyo (Yokaana 3:6). Bwe tutambula nga tugondera Omwoyo Omutukuvu, nga tweggyako emirimu egy'omubiri, ne tufuba okuwuliriza, okukkiriza, okulya, n'okusabira ekigambo kya Katonda, n'obuyambi Bwe tujja kusobola okutambulira mu kigambo Kye. Eyo yengeri omwoyo ogubadde gufudde gye guzibwa obuggya era omuntu n'afuuka omuntu ow'omwoyo era n'akomyawo ekifaananyi kya Katonda ekyabula.

Bwe tuba nga twagala okufuna ebirungo ebirungi ennyo ebiri mu njuba ye ggi, tulina okusooka okulyasa ne tuggyako amazzi agasooka. Mu ngeri y'emu, omuntu okusobola okufuuka omuntu ow'omwoyo, emirimu gye egy'omu mubiri girina okuggibwamu era alina okuzaala omwoyo olw'Omwoyo Omutukuvu. Kuno kwe "kunoonya" Katonda kwe yali ayogerako.

Katugambe ebintu byonna ebikola amasanyalaze mu nsi bifudde. Teri mukugu akola yekka asobola okutereeza ebyuma ebyo. Kiba kijja kutwala obudde bungi nnyo omukugu okusindika abakola mu masanyalaze n'okufuna ebitundu by'ebyuma byonna okusobola okukomyawo amasanyalaze mu buli kitundu kya nsi yonna.

Mu ngeri y'emu, okusobola okuzuukiza omwoyo ogwali gufudde omuntu n'afuuka ow'omwoyo omujjuvu, omuntu alina okuwulira n'okumanya Ekigambo kya Katonda. So ng'ate, okumanya obumanya Ekigambo tekimala kumufuula muntu wa mwoyo, alina okufuba okuyingiza, okulya, n'okusabira ku kigambo asobole okutambulira mu Kigambo kya Katonda.

4. Mweyanjule Oluggi Lunaabaggulirwawo

"Oluggi" Katonda lwe yali ayogerako lwe luggi olw'emikisa olujja okuggulibwa bwe tunaalukonkonako. Luggi lwa kika ki Katonda lwe yatugamba okukonkonako? Lwe luggi olw'oku mutima gwa Katonda waffe.

Nga tetunakonkona ku luggi lw'okumutima gwa Katonda waffe, Ye yasooka okukonkona ku luggi lw'emitima gyaffe (Okubikkulirwa 3:20). Era ekyavaamu, ne tuggulawo enzigi z'emitima gyaffe era ne tukkiriza Yesu Kristo. Kati, mulundi gwaffe ogw'okukonkona ku luggi lw'omutima Gwe. Kubanga omutima gwa Katonda waffe munene nnyo okusinga eggulu era gukkira ddala okusinga ebuziba w'oguyanja ogunene, bwe tukonkona ku luggi lw'omutima Gwe ogutapimika, tusobola okufuna ekintu kyonna.

Bwe tusaba n'okukonkona ku luggi lw'omutima gwa Katonda, Ajja kuggulawo enzigi ze ggulu era atuyiire obugagga.

Katonda, oyo aggulawo ne wataba aggalawo, era aggalawo ne wataba aggulawo, yaggula enzigi z'eggulu era n'atusuubiza okutuwa omukisa, tewali ayinza okuyimirira mu kkubo Lye ne mu ly'emikisa Gye (Okubikkulirwa 3:7).

Tusobola okufuna okuddibwamu kwa Katonda bwe tweyanjula ku luggi lw'omutima Gwe. So nga, omuntu gy'akoma okukonkona ku luggi olwo gyakoma okufuna omukisa omunene oba omutono. Bw'aba ayagala okufuna omukisa omunene, enzigi z'eggulu zirina okuggulibwawo ennyo. N'olwekyo, yeetaaga okwongera okukonkona ku luggi lw'omutima Gwe era afube okumusanyusa.

Ekisanyusa Katonda kwe kubeera nga tweggyako ebibi byaffe era ne tutambulira mu mateeka Ge mu mazima, bwe tutambulira mu Kigambo kya Katonda, tusobola okufuna buli kimu kye tusaba. Kwe kugamba, "okukonkona ku luggi olw'omutima gwa Katonda" kitegeeza okutambulira mu mateeka ga Katonda.

Bwe tufuba okukonkona ku luggi lw'omutima Gwe, Katonda talitunenya okugamba nti, "Lwaki okonkona nnyo ku luggi?" Kyokka Katonda kijja kumusanyusa nnyo era atuwe bye tumusaba. N'olwekyo, Nsuubira nti ojja kukonkona ku mutima gwa Katonda n'ebikolwa byo, era ofune buli kintu ky'osaba, bwotyo oddize Katonda ekitiibwa mu maanyi.

Wali okubye ku kinyonyi ne butida? Lumu n'awulira taata wa mukwano gwange ng'ampaana nga bwe manyi okukola butida ennungi. Butida kabeera akati akaakula ng'ennukuta Y akasibwako akakoba akakwata ejjinja. Ekozesebwa nnyo mu kukuba obunyonyi.

Singa mba wakufaananya Matayo 7:7-11 ne butida, "okusaba" kitegeeza okufuna butida n'ejjinja by'okozesa okukuba ekinyonyi. Bwotyo olina okufuna eby'okulwanyisa ebikuyamba okubeera n'obusobozi okuteeba ekinnyonyi. Butida n'ejjinja bibeera tebikugasa bw'oba tomanyi kuteeba? Oyinza okwagala okuyiga okuteeba, tegeera Butida eyo bulungi, weegezese mu kuteeba, era omalirire era otegeere engeri ezisingayo obulungi okukwasa ekinyonyi. Engeri eno kwe "kunoonya." ng'osoma, ng'otegeera, n'okufuula Ekigambo kya Katonda emmere gy'oli, ng'omwana wa Katonda obeera oli mu kufuna eby'okulwanyisa ebikuweesa ebisaanyizo okufuna okuddibwamu eri ebyetaago byo byonna.

Bw'oba ng'ofunye obusobozi obukusoboseza okukozesa butida era ng'osobola okuteeba obulungi, kati osobola okutandika okukuba ekinyonyi era nga kuno kwe bayita "okukonkona." Wadde ejjinja ne butida bitegekeddwa, era ng'ofunye n'obukoddyo obw'okuteeba ekinyonyi, bw'otakwata butida kukuba kinyonyi oyinza obutafuna kinyonyi. Kwe kugamba, okujjako nga tutambulidde mu kigambo kya Katonda kye tufudde emmere mu mutima gwaffe, tetujja kufuna ekyo kye tusaba okuva Gyali.

Okusaba, okunoonya, n'okweyanjula bitambulira wamu.

Kati omanyi kiki eky'okusaba, eky'okunoonya, ne wa ew'okukonkona. K'oddize Katonda ekitiibwa mu ngeri ey'amaanyi nga omwana aweereddwa omukisa nga bw'ofuna eby'okuddamu eri okuyaayaana kw'omutima gwo nga ofuba okusaba, okunoonya, n'okweyanjula, mu linnya lya Mukama waffe nsabye!

Essuula 2

Kkiriza nti kyosabidde Okifunye

Mazima Mbagamba nti, Buli aligamba olusozi luno nti, 'Sigulibwa, osuulibwe mu nnyanja,' nga tabuusabuusa mu mutima gwe naye n'akkiriza nga ky'ayogera kikolebwa, alikiweebwa. Kyenva mbagamba nti, Ebigambo byonna byonna bye musaba n'okwegayirira, mukkirize nga mubiweereddwa, era mulibifuna.

(Makko 11:23-24)

1. Amaanyi Amangi Ag'Okukkiriza

Olunaku lumu, Abayigirizwa ba Yesu baali batambula Naye ne bawulira Omusomesa waabwe ono ng'agamba omuti omutiini nti, "Tobalanga bibala emirembe n'emirembe!" (Matayo 21:19) Bwe baalaba ng'omuti ddala guwotose okutuuka ku mirandira mu kaseera akatono ddala, abayigirizwa ne beewuunya era ne babuuza Yesu. Mu kubaddamu yabagamba nti "Mazima mbagamba nti, bwe munaabanga n'okukkiriza, nga temubuusabuusa, temukolenga kino kyokka eky'omutiini, naye bwe muligamba olusozi luno nti, 'Situlibwa osuulibwe mu nnyanja, kirikolebwa" (Matayo 21:21).

Yesu era yatusuubiza nti, "Ddala ddala, mbagamba nti, akkiriza nze emirimu gye nkola nze, naye aligikola, era alikola egisinga egyo obunene, kubanga nze ng'enda eri Kitange. naye buli kye munaasabanga mu linnya lyange, ekyo nnaakikolanga, Kitange agulumirizibwenga mu Mwana. Bwe munaasabanga ekigambo mu linnya Lyange, ekyo nnakikolanga" (Yokaana 14:12-14), ne "Bwe mubeera mu Nze, n'ebigambo Byange bwe bibeera mu mmwe, musabenga kye mwagala kyonna, munaakikolerwanga. Mu kino Kitange agulumizibwa, mubalenga ebibala bingi, era munaabanga abayigirizwa Bange" (Yokaana 15:7-8).

Mu bufunze, kubanga Katonda Omutonzi ye Taata w'abo abakkiriza Yesu Kristo, okuyaayaana kw'emitima gyabwe kusobola okuddibwamu bwe bakkiririza mu Kigambo kya Katonda n'okukigondera. Mu Matayo 17:20 Yesu atugamba, "Olw'okukkiriza kwammwe okuba okutono; kubanga ddala mbagamba nti, singa mulina okukkiriza okwenkana ng'akaweke ka kaladaali, bwe muligamba olusozi luno nti, 'Vaawo wano genda wali,' kale luligenda, so singa tewali kigambo kye mutayinza." Olwo lwaki, abantu bangi balemererwa okufuna okuddamu okuva eri Katonda ne basobola okugulumiza Katonda wadde nga bamala essaawa nnyingi mu kusaba? Katutunuulire engeri gye tuyinza okuddiza Katonda ekitiibwa nga tufuna ebyo bye tusabira.

2. Kkiririza mu Katonda Ayinza Byonna

Omuntu okusobola okubezaawo obulamu okuva lw'azaalibwa yeetaaga ebintu ng'emmere, engoye, aw'okusula n'ebiringa ebyo. So ng'ate ekintu ekisinga ebyo byonna obukulu okubezaawo obulamu kwe kussa; kubanga kye kibezaawo obulamu. Nga n'abaana ba Katonda abakkiriza Yesu Kristo era ne bazaalibwa omulundi ogw'okubiri bwe beetaaga ebintu bingi mu bulamu, naye ng'ekisingayo mu byonna mu bulamu bwabwe kwe kusaba.

Okusaba gwe mukutu oguyitibwamu okwogeraganya ne Katonda nga Ye mwoyo mwereere saako okusobozesa omwoyo gwaffe okussa. Era okusaba yengeri y'okusaba okuva eri Katonda n'okufuna okuddibwamu okuva Gyali, ekintu ekisinga obukulu mu kusaba gwe mutima gwe tukozesa okukkiririza mu Katonda Ayinza byonna. Omuntu gyakoma okukkiririza mu Katonda nga bw'asaba, ajja kuwulira okukakasibwa okw'eky'okuddamu kyasuubira okuva eri Katonda era ajja kufuna okuddibwamu okwo okusinziira ku kukkiriza kwe.

Kati, Katonda ki ono gwe tuteekamu okukkiriza kwaffe? Bwe yali Yeyogerako mu Kubikkulirwa 1:8, Katonda yagamba nti "Nze ndi Alufa ne Omega, abaawo era eyabaawo era ajja okubaawo, Omuyinza w'ebintu byonna." Katonda ayogerwako mu Ndagaano Enkadde ye Mutonzi wa buli kimu mu nsi (Olubereberye 1:1-31) era ye yayawulamu Ennyanja Emyufu n'aganya Abaisiraeri abaali bavudde mu Misiri okugiyitamu wakati (Okuva 14:21-29). Abaisiraeri bwe baagondera ekiragiro kya Katonda ne beetooloola ekibuga Yeriko okumala ennaku musanvu era ne baleekanira waggulu, ebisenge bya Yeriko ebyalinga ebitasobola kumenyebwa byagwa ku ttaka (Yoswa 6:1-21). Yoswa bwe yasaba eri Katonda wakati mu lutalo Isiraeri bwe yali alwana N'abamoli, Katonda yayimiriza enjuba n'omwezi mu kifo kimu (Yoswa 10:12-14).

Mu Ndagaano Empya, Yesu, Omwana wa Katonda Ayinza byonna, yazuukiza omufu eyali aziikiddwa (Yokaana 11:17-44), yawonya buli kika kya ndwadde (Matayo 4:23-24), yazibula amaaso agaali gaaziba (Yokaana 9:6-11), era n'abalema ne batambula (Ebikolwa 3:1-10). Era yagoba n'amaanyi g'omulabe setaani n'emyoyo emibi n'ekigambo Kye (Makko 5:1-20) era n'emigaati etaano saako ebyennyanja bibiri byokka, Yaliisa abantu abali eyo mu 5,000 nga basajja bokka be baabalibwa ate ne balya ne bakutta (Makko 6:34-44). Era, bwe yakakkanya omuyaga n'amayengo, Yatulaga nti ye Mufuzi w'ebintu byonna mu nsi (Makko 4:35-39).

N'olwekyo, tulina okukkiririza mu Katonda Ayinza byonna oyo atuwa ebirabo ebirungi mu kwagala Kwe okungi. Yesu yagamba mu Matayo 7:9-11, "Oba muntu ki mu mmwe, omwana we bw'alimusaba emmere, alimuwa ejjinja, oba bw'alisaba ekyennyanja, alimuwa omusota? Kale mmwe ababi, nga bwe mumanyi okuwa abaana bammwe ebintu ebirungi, Kitammwe ali mu ggulu talisinga nnyo okubawa ebirungi abamusaba?" Katonda kwagala ayagala okutuwa ffe abaana Be ebirabo ebisingayo obulungi.

Mu kwagala kwa Katonda okukulukuta Katonda yatuwa Omwana We omu yekka. Olwo kiki kyatasobola kutuwa? Isaaya 53:5-6 watugamba nti, "Naye yafumitibwa olw'okusobya kwaffe, Yabetentebwa olw'obutali butuukirivu bwaffe; okubonerezebwa okw'emirembe gyaffe kwali ku Ye, era emiggo Gye gye gituwonya. Ffe ffenna twawaba ng'endiga, twakyamira buli muntu mu kkubo lye ye, era MUKAMA atadde ku Ye obutali butuukirivu bwaffe fenna." Okuyita mu Yesu Kristo Katonda yatutegekera, okuba nti tufuna obulamu okuva mu kufa, era ne tusobola okweyagalira mu ddembe era tuwonyezebwa.

Singa abaana ba Katonda baweereza Katonda Ayinza byonna era nga Ye Katonda omulamu nga Kitaabwe era ne bakkiriza nti Katonda yaleetera buli kimu okutambulira awamu olw'obulungi eri abo abamwagala era n'addamu abo abamukowoola, tebalina kwerariikirira oba okunyolwa mu biseera by'ebikemo n'okubonaabona, wabula beebaze bwebaza, nga basanyuka n'okusaba. Kuno kwe "kukkiririza mu Katonda" era asanyukira omuntu alaze okukkiriza okw'ekikula ekyo. Katonda era atuddamu okusinziira ku kukkiriza kwaffe era mu kutulaga obukakafu nti Waali, Katonda atuganya okumugulumiza.

3. Saba N'okukkiriza era Tobuusabuusa

Katonda Omutonzi we ggulu n'ensi, n'omuntu yaganya omuntu okuwandiika Bayibuli okwagala Kwe n'ekigendererwa Kye bisobole okumanyibwa buli omu. Ebiseera byonna, Katonda era Yeeraga abo abakkiririza mu Kigambo Kye n'okukigondera, era n'atukakasa nti Mulamu era Ye Ayinza byonna okuyita mu kulaga eby'amagero obubonero n'ebyewunyo.

Tusobola n'okukkiririza mu Katonda Omulamu nga tutunuulidde butunuulizi ebyatondebwa (Abaruumi 1:20) era ne tugulumiza Katonda nga tufuna okuddamu eri okusaba kwaffe okugobererwa okukkiriza okuva Gyali.

Waliwo "okukkiriza okw'omubiri" nga tukkiriza kubanga bye tumanyi oba ebirowoozo byaffe bikkiriziganya n'ekigambo kya Katonda ate "okukkiriza okw'omwoyo," kye kika ky'okukkiriza ekitufunyisa okuddamu okuva Gyali. Nga ekigambo kya Katonda kye kitugamba tekikola makulu bwe tukigeraageranya n'ebye tumanyi oba endowooza zaffe, bwe tumusaba olw'okumukkiririzaamu, Katonda atuwa okukkiriza n'okuwulira nga kijja kusoboka. Bino bye bigyayo obulungi eky'okuddamu era nga kuno kwe kukkiriza okw'omwoyo.

N'olwekyo, Yakobo 1:6-8 watugamba, "Naye asabenga mu kukkiriza, nga taliiko ky'abuusabuusa, kubanga abuusabuusa afaanana ng'ejjengo ery'ennyanja eritwalibwa empewo ne lisuukundibwa. Kubanga omuntu oyo talowoozanga ng'aliweebwa ekintu kyonna eri mukama waffe, omuntu ow'emyoyo ebiri, atanywera mu makubo ge gonna."

Okubuusabuusa kusibuka mu magezi ag'obuntu, endowooza zaabwe, engeri gye balabamu ebintu, n'ebyo bye balowooza nti bye bituufu, era nga omulabe setaani yaleeta okubuusabuusa mu bantu. Omutima ogubuusabuusa kwe kubeera n'emitima ebiri n'obukalabakalaba, era Katonda akukyawa nnyo. Nga kiyinza okuba ekitalo ng'abaana bo mu kifo ky'okukukkiririzaamu wabula bakubuusabuusa nti si gwe kitaabwe oba nyaabwe abazaala! Mu ngeri y'emu, Katonda ayinza atya okuddamu okusaba kw'abaana Be bwe babeera tebamukkiririzaamu nti ye Kitaabwe, wadde nga yabazaala n'okubalabirira?

Bwe tutyo tujjukizibwa nti "Kubanga okulowooza kw'omubiri bwe bulabe eri Katonda; kubanga tekufugibwa mateeka ga Katonda, kubanga n'okuyinza tegakuyinza n'abo abali mu mubiri tebayinza kusanyusa Katonda" (Abaruumi 8:7-8), era n'atulagira "tumenye empaka na buli kintu ekigulumivu ekikulumbazibwa okulwana n'okutegeera kwa Katonda, era nga tujeemula buli kirowoozo okuwulira Kristo" (2 Abakkolinso 10:5).

Okukkiriza kwaffe bwe kukyusibwa ne kufuuka okw'omwoyo ne tutabuusabuusa wadde n'akamu, Katonda asanyuka nnyo era ajja kutuwa kyonna kye tusaba. Yoswa ne Musa bwe bataabuusabuusa kyokka ne bakolera mu kukkiriza kwokka, baasobola okwawula mu Nnyanja Emyufu, okusala Omugga Yoludaani, n'okusuula ebisenge by'ekibuga Yeriko. Mu ngeri y'emu, bw'ogamba olusozi nti, "Vaawo wano osuulibwe mu nnyanja" n'otabuusabuusa n'akatono mu mutima gwo wabula n'okkiriza nti ky'oyogera kijja kutuukirira, kijja kukukolerwa.

Katugambe ogambye olusozi Everest, "Genda ogwe mu guyanja gwa Indian." Osobola okufuna okuddibwamu eri okusaba kwo? Kyeraga lwatu nti ensi yonna ejja kutabukatabuka singa Olusozi Everest ddala lugudde mu guyanja gwa Indian. Ate nga kuno kuyinza okuba nga si kwe kwagala kwa Katonda, okusaba okw'ekika ekyo tekujja kuddibwamu ne bw'osaba otya kubanga tajja kukuwa okukkiriza okw'omwoyo okwo okukozesebwa mu kumukkiririzaamu.

Bw'oba ng'osaba okusobola okutuukiriza ekintu ekikontana n'okwagala kwa Katonda, ekika ky'okukkiriza ky'olina okuba nakyo mu mutima gwo tekijja kujja gyoli. Oyinza okukkiriza era mu kusooka okusaba kwo kusobola okuddibwamu naye ekiseera bwe kiyitawo, okubuusabuusa kujja kutandika okukula. Okujjako nga tusabye ekyo ekiri mu kwagala kwa Katonda awatali kubuusabuusa kwonna tujja kufuna okuddibwamu.

N'olwekyo, bwe kuba ng'okusaba kwo tekunaddibwamu, olina okwekebera kyandiba nga olina ky'osabira nga kikontana n'okwagala kwa Katonda oba gwe abireese olw'okubuusabuusa kwo oba okubuusabuusa Ekigambo kya Katonda.

1 Yokaana 3:21-22 watujjukiza nti, "Abaagalwa, omutima bwe gutatusalira kutusinga, tuba n'obugumu eri Katonda; era buli kye tusaba akituwa, kubanga tukwata ebiragiro Bye era tukola ebisiimibwa mu maaso Ge."

Abantu abagondera amateeka ga Katonda era ne bakola ebyo ebisanyusa Katonda tebasabira bintu bikontana na kwagala Kwe. Tusobola okufuna ekintu kyonna kasita okusaba kwaffe kubeera nga kukwatagana n'okwagala kwa Katonda. Katonda atugamba, "Ebigambo byonna byonna bye musaba n'okwegayirira, mukkirize nga mubiweereddwa, era mulibifuna" (Makko 44:24).

N'olwekyo, okusobola okufuna okuddibwamu kwa Katonda,

olina okusooka okufuna okuva Gyali okukkiriza okw'omwoyo kwakuwa bw'otambulira mu Kigambo Kye. Ng'omenyaamenya empaka zonna na buli kintu ekigulumivu ekikulumbazibwa okulwana n'okutegeera kwa Katonda, okubuusabuusa kujja kuvaawo era ojja kufuna okukkiriza okw'omwoyo, bwotyo ofune buli kyonna ky'osaba.

4. Buli kintu ky'osabira n'okwegayirira, kkiriza nti okifunye

Okubala 23:19 watujjukiza nti, "Katonda si muntu, okulimba, so si mwana wa muntu, okwenenya; Ayogedde, n'okukola talikikola? Oba agambye, n'okutuusa talikituusa?"

Ddala bw'oba ng'okkiririza mu Katonda, saba mu kukkiriza, era tobuusabuusa nakatono, olina okukkiriza nti ofunye buli kyonna ky'osabye. Katonda Ayinza byonna era mwesigwa, era nga Yasuubiza okutuddamu.

Olwo, lwaki, abantu bangi bagamba nti baalemereddwa okufuna bye basaba wadde ng'abaasabye mu kukkiriza? Olowooza kiri bwe kityo lwakuba Katonda teyabaddamu? Nedda. Katonda ddala azzeemu okusaba kwabwe naye kitutte obudde buwanvu kubanga tebeetegese ng'ebibya ebisaanidde okufuna eby'okuddamu Bye.

Omulimi bw'asiga ensigo, akkiriza nti ajja kukungula ebibala naye tasobola kukungulirawo bibala mangu ago.

Ng'ensigo zimaze okusigibwa, zimeruka, n'ezimulisa, bw'ekityo ekimera n'ekibala ebibala. Ensigo ezimu zirwawo okubala ebibala okusinga ku ndala. Mu ngeri y'emu, emitendera gy'okufuna okuddibwamu kwa Katonda gyetaagisaamu okusiga n'okufukirira.

Katugambe waliwo omuyizi eyasabye nti, "Nzikkiriza okugenda nsomere mu ttendekero lye Harvard." Bw'asaba n'okukkiririza mu maanyi Ge, Katonda ddala ajja kuddamu okusaba kw'omuyizi oyo. Wabula wadde guli gutyo, okuddibwamu eri okusaba kwe kuyinza obutagirawo. Katonda ategeka omuyizi ono okukula okufuuka ekibya ekisaanidde okuddibwamu okuva eri Ye era ekiseera bwe kinaayitawo Ajja kudda mu kusaba kw'omuyizi. Katonda ajja kumuwa omutima ogw'okusoma ennyo era annyiikire okusobola okukola obulungi. Omuyizi bw'agenda mu maaso n'okusaba, Katonda ajja kumuggyamu ebirowoozo byonna eby'ensi era amuwe amagezi okwongera okusoma obulungi. Okusinziira ku bikolwa by'omuyizi, Katonda ajja kulabirira buli kimu mu bulamu bwe era awe omuyizi ono ebisaanyizo ebimuyingiza etendekero lya Harvard era ekiseera bwe kituuka, Katonda ajja kumuganya okuyingira Harvard.

Etteeka lye limu lituukira ne kw'abo abagwiiriddwa ekirwadde. Bwe bayiga okuyita mu kigambo kya Katonda lwaki endwadde zigwiira abantu n'engeri gye ziyinza okuwonyezebwa, bwe basaba mu kukkiriza basobola okuwonyezebwa.

Bateekeddwa okuzuula ekisenge ky'ebibi ekiyimiridde wakati waabwe ne Katonda era bategeere ensibuko y'obulwadde. Obulwadde bwe bubeera bwava ku bukyayi, balina okweggyako obukyayi era bakyuse emitima gyabwe gifuuke egy'okwagala. Obulwadde bwe bubeera bw'ava ku busungu obwetumbiizi, balina okufuna amaanyi okuva eri Katonda agabasobozesa okwefuga era batereeze omuze gwabwe ogwo. Okujjako omuntu ng'akoze bwatyo Katonda lwasobola okuwa omuntu ng'oyo okukkiriza okumusobozesa okukkiriza ne beeteekateeka okuba ekibya ekituufu okufuna okuddibwamu.

Omuntu okusabira bizinensi ye okukulaakulana si kyanjawulo n'embeera ezo waggulu. Bw'osaba osobole okufuna omukisa mu bizinensi zo, Katonda ajja kusooka okukugezesa osobole okufuuka ekibya ekisaanidde emikisa Gye. Ajja kukuwa amagezi n'amaanyi obusobozi bwo obw'okuddukanya bizinensi bufuuka bwa njawulo, bizinensi yo esobole okukula, era obeere ng'otwalibwa mu mbeera esingayo okuddukanyizaamu bizinensi yo. Ajja kukukwataganya ne bakasitooma abeesigwa, era ayongeze mpolampola ensimbi zo, era oteeketeeke bulungi buzinensi. Ekiseera Kye wanaayagalira, Ajja kukuddamu nga bwe wasaba.

Okuyita mu ngeri zino ez'okusiga n'okukuza, Katonda ajja kukulemberamu emmeme yo ebeere bulungi era akugezese okusobola okufuuka ekibya ekikusobozesa okufuna ekyo ky'osabye okuva Gyali. N'olwekyo, tolina kulekerawo kubeera mugumiikiriza ng'osinziira ku birowoozo byo. Kale, olina okugendera ku biseera bya Katonda era olindirire ekiseera Kye, ng'okkiriza nti wafunye dda okuddamu Kwe.

Katonda Ayinza byonna, okusinziira ku mateeka ag'ensi ey'omwoyo, addamu abaana Be mu bwenkanya Bwe era abeera musanyufu bwe bamusaba n'okukkiriza. Abaebbulaniya 11:6 watujjukiza nti, "Era awataba kukkiriza tekiyinzika kusiimibwa, kubanga ajja eri Katonda kimugwanira okukkiriza nga Katonda waali, era nga ye mugabi w'empeera eri abo abamunoonya."

K'osanyuse Katonda ng'obeera n'ekika ky'okukkiriza ng'okkiriza nti kyonna ky'osabye mu kusaba wakifunye dda era omugulumize olw'okufuna ekyo kyonna kye wasabye, mu linnya erya Mukama waffe Nsabye!

Essuula 3

Ekika Ky'okusaba
Ekisanyusa Katonda

Awo[Yesu] n'afuluma n'agenda ku Lusozi
olwa Zeyituuni, ng'empisa Ye bwe yali;
n'abayigirizwa Be nabo ne bamugoberera.
Awo bwe Yatuuka mu kifo,
N'abagamba nti,
"Musabe muleme okuyingira mu kukemebwa."

Ye n'abaawukanako ebbanga ng'awakasukibwa ejjinja.
N'afukamira n'asaba. Ng'agamba nti,
"Kitange bw'oyagala nziyaako ekikompe kino;
naye si nga nze bwe njagala, naye ky'oyagala ggwe kikolebwe."
Malayika n'amulabikira ng'ava mu ggulu,
ng'amussaamu amaanyi.
N'afuba ng'alumwa ne yeeyongera okusaba ennyo;
entuuyo Ze ne ziba ng'amatondo g'omusaayi,
nga gatonnya wansi.

(Lukka 22:39-44)

1. Yesu Yateekawo Eky'okulabirako Ekye Ssaala Entuufu

Lukka 22:39-44 walaga Yesu bwe yali asaba mu lusuku e Gasesumaani ekiro nga taneetika musaalaba okuggulawo ekkubo ery'obulokozi bw'abantu bonna. Ennyiriri zino zitubuulira ebintu bingi ku ndowooza n'omutima bye tulina okuba n'abyo bwe tubeera tusaba.

Yesu yasaba atya n'asobola okwetika omusalaba omuzito wamu n'okuwangula omulabe setaani? Yesu yalina mutima gwa kika ki, Katonda n'asanyukira essaala Ye era n'amuweereza malayika okuva mu ggulu okumuzzaamu amaanyi?

Nga twesigama ku nnyiriri zino, katweyongere okutunuulira endowooza entuufu mu kusaba n'ekika kye ssaala esanyusa Katonda, era nkubiriza buli omu ku mmwe yeekeneenye obulamu bwe obw'okusaba.

1) Yesu Yasabanga nnyo

Katonda yatugamba okusabanga bulijjo (1 Abasessaloniika 5:17) era n'atusuubiza okutuwanga kyonna kye tunaamusabanga (Matayo 7:7). Wadde kye kituufu okusaba obutakoowa, abantu abasinga basaba lwe balina kye beetaaga oba nga balina ebizibu.

So nga, Yesu yasukuluma kw'ekyo kubanga yali mpisa Ye okugendanga ku Lusozi olwa Zeyituuni (Lukka 22:39). Nnabbi Danyeri yagenda mu maaso n'okufukamira ku maviivi ge emirundi essatu mu lunaku, ng'asaba n'okwebaza mu maaso ga Katonda we, nga bwe yalinga akola mu kusooka (Danyeri 6:10), era babiri ku bayigirizwa ba Yesu Peetero ne Yokaana babeerako essaawa ze baateekawo mu lunaku nga zaakusaba (Ebikolwa 3:1).

Tulina okugoberera eky'okulabirako kya Yesu tugifuule empisa yaffe okufunayo obudde okuba nga tusaba obutalekaayo. Katonda asanyukira nnyo essaala z'abantu ez'okumakya ennyo nga buli kimu bakiteeka mu mikono gya Katonda buli lunaku nga lutandika n'ekiro nga beebaza obukuumi bwa Katonda bwabawadde olunaku lwonna. Okuyita mu kusaba kuno osobola okufuna amaanyi Ge amangi.

2) Yesu Yafukamira wansi okusaba

Bw'ofukamira wansi, omutima gw'okozesa okusaba guyimirira bulungi era n'olaga okussa ekitiibwa mu b'oli mu kwogera n'abo. Kijja kyokka omuntu yenna asaba eri Katonda okuba ng'afukamira.

Yesu Omwana wa Katonda yasaba n'endowooza ey'obwetowaze bwe Yafukamira n'asaba eri Katonda Ayinza byonna. Kabaka Sulemaani (1 Bassekabaka 8:54), omutume Pawulo (Ebikolwa 20:36), ne Dinkoni Suteefano eyafa ng'omujulizi (Ebikolwa 7:60) bonna baafukamira wansi ne basaba.

Bwe tuba nga tulina kye tusaba bazadde baffe oba omuntu omukulu, tutandika n'okutya era ne twegendereza tuleme okukola ensobi. Olwo, tuyinza tutya okumala galabika mu maaso ga Katonda Omutonzi nga bwe twagala mu mutima ne mu mubiri nga tumanyi nti tuzze mu maaso ga Katonda Omutonzi? Okufukamira wansi kwe kulaga omutima gwaffe ogutya Katonda era ogw'esiga amaanyi Ge. Tulina okweyonja era ne tufukamira bulungi bwe tubeera tusaba.

3) Yesu yasaba nga byasaba bikwatagana n'okwagala kwa Katonda

Yesu yasaba Katonda, "Naye si nga nze bwe njagala, naye ky'oyagala ggwe kikolebwe" (Lukka 22:42). Yesu Omwana wa Katonda yajja ku nsi okufiira ku kiti eky'omusalaba wadde nga teyalina musango wadde ebbala. Eyo yensonga lwaki Yasaba nti, "Kitange bw'oyagala nziyaako ekikompe kino" (Lukka 22:42). Naye yali amanyi okwagala kwa Katonda okwali okulokola abantu bonna okuyita mu muntu omu, kyokka n'atasabira kwagala kwe ye wabula kibe ng'okwagala kwa Katonda bwe kuli.

1 Abakkolinzo 10:31 watugamba, "Kale oba nga mulya, oba nga munywa, oba nga mukola ekigambo kyonna kyonna, mukolenga byonna olw'ekitiibwa kya Katonda."

Bwe tubaako ekintu kye tusaba nga si kya kuweesa Katonda kitiibwa wabula nga kya kwegomba kwa mubiri, tuba tetusabye bulungi; tulina kusabira ebyo byokka ebiri mu kwagala kwa Katonda. Era, Katonda atugamba okujjukiranga bye tusanga mu Yakobo 4:2-3, "Mwegomba so temulina, mutta, era mwegomba, so temuyinza kufuna, mulwana era mutabaala, temulina kubanga temusaba, Musaba ne mutaweebwa kubanga musaba bubi, mulyoke mubikoze okwegomba kwammwe." Kale, tulina okwetunulamu tulabe oba nga tusabira byaffe byokka bye tufunamu.

4) Yesu Afuba mu kusaba

Mu lukka 22:44, tusobola okulaba engeri Yesu gye yeewaayo mu kusaba. "N'afuba ng'alumwa ne yeeyongera okusaba ennyo; entuuyo Ze ne ziba ng'amatondo g'omusaayi, nga gatonnya wansi."

Obudde e Gesesumaani Yesu gye yali asabira bwali bunnyogovu nga kizibu omuntu okutuuyana. Kati, weewunye engeri Yesu gye yafuba mu kusaba okw'amazima okutuuka okuba nti entuuyo Ze zibeera ng'amatondo g'omusaayi agatonnya wansi! Singa Yesu yali asabye mu kasirise, yandifubye nnyo bwatyo okutuuka okuvaamu entuuyo ez'enkanidde awo? Yesu bwe yali akowoola Katonda nga bw'afuba, etuuyo Ze "n'eziba ng'amatondo g'omusaayi nga gatonnya wansi."

Mu Lubereberye 3:17 Katonda agamba Adamu, "Kubanga owulidde eddoboozi lya mukkazi wo, n'olya ku muti gwe nnakulagira nga njogera nti, 'Togulyangako, ensi ekolimiddwa ku lulwo, mu kutegana mw'onogyanga eby'okulya ennaku zonna ez'obulamu bwo." Ng'omuntu tannakolimirwa, yabeeranga mu bulamu obufuna buli kyayagala Katonda bye yali amuwadde. Ekibi bwe kyamuyingira okuyita mu kujeemera Katonda, okuwuliziganya n'Omutonzi we kwakoma, era nga mu kutuyaana mwe yali ow'okuggyanga eky'okulya.

Olaba kye tusobola tukifuna tumaze kuyita mu kutuuyana, olwo ate tuyinza kukola tutya bwe tuba tusaba Katonda okutukolera ekintu kye tutasobola kukola? Nsaba ojjukire nti okujjako nga tumaze kukowoola Katonda mu kusaba, mu kufuba nga tutuuyana lwe tusobola okufuna okuyaayaana kwaffe okuva eri Katonda. Era, jjukiranga Katonda bwe yatugamba nti mu kutuuyana n'okufuba mwe tunaaliranga era ne Yesu Yennyini bwe yafuba n'atuuyana mu kusaba. Jjukiranga, okole ekyo kye nnyini Yesu kye yakola, era osabe mu ngeri esanyusa Katonda.

Twakalaba engeri Yesu, gye yatulaga eky'okulabirako eky'okusaba okutuufu. Olaba Yesu eyalina obuyinza bwonna, yasaba okutuuka okuba nti yafuuka kyakulabirako, ffe ebitonde obutonde ebya Katonda, tulina kusaba na ndowooza ya kika ki? Endabika y'okungulu n'endowooza y'okusaba kw'omuntu biraga omutima gwe. N'olwekyo, ekika ky'omutima gwe tuba n'agwo nga tusaba kikulu saako endowooza gye tukozesa mu kusaba.

2. Ebikulu mu Kika Ky'okusaba Ekisanyusa Katonda

Tulina kusaba na mutima gwa kika ki okusobola okusanyusa

Katonda era asobole okuddamu okusaba kwaffe?

1) Olina okusaba n'omutima gwo gwonna

Tulina okuyigira ku ngeri Yesu gye yasaba nti okusaba okuva ku mutima gw'omuntu kuviira ddala ku ndowooza omuntu gyaba nayo ng'asaba eri Katonda. Tusobola okulabira ku ndowooza ye, ne tumanya ekika ky'omutima ky'alina mu kusaba.

Tunuulira essaala ya Yakobo mu Lubereberye 32. Nga Omugga Yaboki gumuli mu maaso, Yakobo yeesanga mu buzibu. Yakobo yali tasobola kuddayo kubanga yali ategeeraganye ne kkojja we Labani nti yali taliddamu kusala Galeedi. Kyokka yali tasobola kusala Yaboki, kubanga ku ludda luli, ye yali muganda we Esawu eyali amulinze n'abasajja 400 okukwata Yakobo. Mu kiseera kino ekizibu amalala ga Yakobo n'okwewulira eryanyi bye yali yeesigamangako lwe byaggwerawo ddala. Yakobo oluvannyuma yakitegeera nti byonna bw'abikwasa Katonda n'akwata ku mutima Gwe ekizibu kino lwe kisobola okuggwawo. Yakobo bwe yalwana mu kusaba kumpi ekisambi kye kukutukako, lwe yasobola okufuna okuddamu kwa Katonda. Yakobo yasobola okukwata ku mutima gwa Katonda n'asobola okudding'ana ne muganda we eyali amulinze bambalagane.

Katwekalirize 1 Bassekabaka 18 mwe tulabira Nnabbi Eliya ng'afuna okuddamu kwa "Katonda okw'omuliro" era n'agulumiza Katonda mu ngeri ey'amaanyi. Okusinza ebifaananyi bwe kwali kuyitiridde mu biseera bya Kabaka Akabu, Eliya ng'ali bw'omu bwati yeeng'anga bannabbi ba Baali 450 era n'abawangula ng'akowoola okuva mu ggulu okuddamu kwa Katonda mu maaso g'Abaisiraeri bonna babeere abajulizi ba Katonda omulamu.

Kino kyali ekiseera nga Akabu alowooza nti Nnabbi Eliya ye yali avunaanyizibwa ku njala eyagwiira ensi ye okumala emyaka essatu n'ekitundu n'ebonyaabonya Isiraeri era nga yali amunoonya. Wabula wadde guli gutyo, Katonda bwe yalagira Eliya okugenda mu maaso ga Akabu, nnabbi amangu ago n'agonda. Nnabbi bwe yaganda mu maaso ga kabaka eyali amunoonya okumutta, mu buvumu n'ayogera ekyo Katonda kye yali ayogera okuyita mu ye, era n'akyusa buli kimu n'okusaba okw'okukkiriza okutaliimu kubuusabuusa kwonna, omulimu ogw'okwenenya gw'alagibwa olw'abantu abaali basinza ebifaananyi bwe badda eri Katonda. Era, Eliya navuunama ku ttaka, n'ateeka amaaso ge wakati w'amaviivi ge n'anyiikira okusaba okusobola okussa omulimu gwa Katonda ku nsi era ekyeeya kyakoma ekyali kirumiza ennyo ensi okumala emyaka essatu n'ekitundu (1 Bassekabaka 18:42).

Katonda waffe atujjukiza mu Ezeekyeri 36:36-37, "'Nze, MUKAMA, nkyogedde, nange ndi kikola.' Bwati bwayogera MUKAMA Katonda nti, 'Era njagala ennyumba ya Isiraeri okummubuuzanga ekyo okukibakolera.'" kwe kugamba, nti wadde Katonda yali asuubizza Eliya okutonnyesa ekire ky'enkuba ku Isiraeri, enkuba ey'amaanyi teyanditonnye singa Eliya yali tasabye nnyo okuva ku ntobo y'omutima gwe. Okusaba okuva ku mutima ddala kusobola okukwata ku Katonda n'okumusanyusa, era abeera ajja kutuddamu mangu atuganye okumugulumiza.

2) Olina okukoowola Katonda mu kusaba

Katonda atusuubiza nti ajja kutuwuliriza era atusisinkane bwe tunaamukowoola n'okujja waali ne tumusaba n'okumweyanjulira n'omutima gwaffe gwonna (Yeremiya 29:12-13; Engero 8:17). Mu Yeremiya 33:3 Era atusuubiza nti, "Mpita, nange naakuyitaba ne nkwolesa ebikulu n'ebizibu by'otomanyi." Ensonga lwaki Katonda atugamba okumukowoola mu kusaba lwakuba bwe tumukowoola nga tusaba mu ddoboozi erya waggulu, tujja kusobola okusaba n'omutima gwaffe gwonna. Kwe kugamba, bwe tukowoola mu kusaba, tujja kukutulibwa ku birowoozo eby'ensi, obukoowu, n'obunafu era ebirowoozo byaffe bijja kuba tebirina muwaatwa mu mitima gyaffe.

So nga, ekkanisa nnyingi olwaleero zikkiriza era n'ezisomesa ekibiina kyazo nti okusirika munda mu yeekaalu "kya bwa katonda" era "kitukuvu." Ab'oluganda abamu bwe bakowoola Katonda mu ddoboozi eddene, ekibiina kyonna kitandika okulowooza nti si kituufu era ne babakolokota nti bye bakola bya kirimba. Kino, wabula, kikolebwa olw'obutamanya kigambo kya Katonda n'okwagala Kwe.

Ekkanisa ezaasooka, ezo ezeerabira ku maanyi ga Katonda nga galagibwa n'okudda obuggya, zaasobola okusanyusa Katonda mu bujjuvu bw'Omwoyo Omutukuvu nga bayimusa amaloboozi gaabwe eri Katonda mu mwoyo gumu (Ebikolwa 4:24). N'olwaleero, tusobola okulaba eby'amagero ebitabalika n'obubonero saako eby'ewuunyo nga biragibwa n'engeri gye bafunamu okudda obuggya mu makanisa gye bakowoola Katonda mu ddoboozi ery'amaanyi era nga bagoberera n'okutambulira mu kwagala kwa Katonda.

"Okukowoola Katonda" kitegeeza okusaba eri Katonda n'omutima gwonna mu ddoboozi eriyimusiddwa. Okuyita mu kusaba okw'ekika kino, ab'oluganda mu Kristo basobola okujjula Omwoyo Omutukuvu, era nga n'amaanyi g'omulabe setaani agaliwo okukyankalana bwe gagobebwa, basobola okufuna okuddibwamu eri okusaba kwabwe n'okufuna ebirabo eby'omwoyo.

Mu Bayibuli mulimu ebyawandiikibwa ebiraga nga Yesu saako bajjajja b'okukkiriza bangi nga baakowoola Katonda n'eddoboozi ery'omwanguka era ne bafuna okuddamu Kwe.

Katwekenneenye eby'okulabirako ebitonotono mu Ndagaano Enkadde.

Mu Kuva 15:22-25 tulaba Abaisiraeri, oluvannyuma lw'okuva mu Misiri, nga basala bulungi ennyanja Emyufu ku lukalu olw'okukkiriza kwa Musa. Kyokka olw'okuba okukkiriza kw'Abaisiraeri kwali kutono, era beemulugunya eri Musa bwe baalemwa okufuna amazzi ag'okunywa bwe baali basala eddungu ly'e Ssuuli. Musa bwe "yakowoola" Katonda, amazzi ga Mala ne gafuuka amazzi amalungi.

Mu Kubala 12 tulaba nga mwannyina wa Musa Miryamu bwe yafuna ebigenge olw'okukolokota Musa. Musa bwe yakaabirira Katonda ng'agamba nti, "Ai Katonda, nkwegayiridde muwonye!" Katonda yawonya Miryamu ebigenge bye.

Mu 1 Samwiiri 7:9 tusoma nti, "Awo Samwiiri n'addira omwana gw'endiga oguyonka, n'aguwaayo okuba ekiweebwayo ekyokebwa ekiramba eri MUKAMA, Samwiiri n'akaabira MUKAMA ku lwa Isiraeri, MUKAMA n'amuddamu."

1 Bassekabaka 17 n'awo tusangawo olugero lwa namwandu ow'e Zalefaasi eyayaniriza Eliya omuweereza wa Katonda mu nnyumba ye. Omwana we bwe yalwala ennyo n'afa, Eliya n'akaabirira Katonda ng'agamba, "Ai MUKAMA Katonda wange, nkwegayiridde, obulamu bw'omwana ono bumuddemu nate." Katonda yawulira eddoboozi lya Eliya, era obulamu bw'omwana ne bukomawo gyali era n'azuukizibwa (1 Bassekabaka 17:21-22). Katonda bwe yawulira okukowoola kwa Eliya, tukiraba nga Katonda yaddamu essaala ya nnabbi.

Yona, eyali amiriddwa ekyennyanja ekinene era n'abeera munda yakyo olw'okujeemera Katonda, naye yafuna obulokozi bwe yakowoola Katonda mu kusaba. Mu Yona 2:2 tukiraba nti Yona yasaba, "Nakaabirira MUKAMA kubanga nalaba ennaku, N'anziramu. Mu lubuto lw'emagombe n'akowoola, N'owulira eddoboozi lyange." Katonda yawulira okukaaba kwe era n'amuwonya. Embeera mwetwesanze ne bw'ebeera etya era nga yeerariikiriza nga Yona gye yalimu, Katonda ajja kutuwa okuyaayaana kw'omutima gwaffe, atuddemu, era atuwe eby'okuddamu eri ebizibu byaffe bwe twenenya ebibi byaffe mu maaso Ge era ne tumukaabirira.

Mu Ndagaano Empya n'amwo tulabamu abantu abaali mu mbeere ne bakowoola Katonda.

Mu Yokaana 11:43-44, tulaba Yesu ng'akowoola mu ddoboozi eddene nti, "Lazaalo fuluma ojje," era omusajja eyali afudde n'avaayo, ng'azingiddwa mu mabugo amagulu n'emikono, n'ekiremba nga kisibiddwa mu maaso ge. Tewandibadde njawulo eri Lazaalo eyali afudde oba Yesu amuyita mu ddoboozi ttono oba ddene. Kyokka Yesu yakowoola Katonda mu ddoboozi eddene. Yesu n'aggyayo Lazaalo, omulambo gwe gwali gw'akamala mu ntaana ennaku ennya, n'addamu obulamu olw'okusaba Kwe okwali mu kwagala kwa Katonda era n'alaga ekitiibwa kya Katonda.

Makko 10:46-52 watubuulira ku kuwona kw'omuzibe eyali asabiriza ng'ayitibwa Battimaayo:

"Awo [Yesu] bwe yava mu Yeriko n'abayigirizwa Be, n'ekibiina ekinene, omwana wa Timaayo, Battimaayo, omusabi omuzibe w'amaaso, yali atudde ku mabbali g'ekkubo. Awo bwe yawulira nga Yesu Omunazaaleesi ye wuuyo, n'atanula okwogerera waggulu n'okugamba nti, Omwana wa Dawudi, Yesu, onsaasire. Bangi ne bamuboggolera okusirika, naye ne yeeyongera nnyo okwogerera waggulu nti, "Omwana wa Dawudi, onsaasire!" Awo Yesu n'ayimirira n'agamba nti, "Mumuyite." Ne bayita omuzibe w'amaaso, ne bamugamba nti, "Guma omwoyo, golokoka, akuyita." Naye n'asuula olugoye lwe, n'asituka, n'ajja eri Yesu. Yesu n'amuddamu, n'agamba nti, "Oyagala nkukole ntya?" Omuzibe w'amaaso n'amugamba nti, "Labooni, njagala nzibule!" Awo Yesu n'amugamba nti, "Genda; okukkiriza kwo kukuwonyezza." Amangu ago n'azibula, n'amugoberera mu kkubo."

Mu Bikolwa 7:59-60, Dinkoni Suteefano bwe yali akubibwa amayinja agaamutta ng'omujulizi, yakowoola Mukama ng'agamba, "Mukama wange Yesu, toola omwoyo gwange!" N'afukamira n'akaaba n'eddoboozi ddene nti, "Mukama wange, tobabalira kibi kino!"

Era ne mu Bikolwa 4:23-24; 31 wasoma nti, "Bwe baateebwa [Peetero ne Yokaana], ne bagenda mu kibiina kyabwe, ne bategeeza byonna bye bagambiddwa bakabona abakulu n'abakadde. Nabo bwe baawulira ne bayimusa eddoboozi lyabwe n'omwoyo gumu eri Katonda. Bwe baamala okusaba, mu kifo we baakung'anira ne wakankana, bonna ne bajjula Omwoyo Omutukuvu, ne boogera ekigambo kya Katonda n'obuvumu."

Bw'okaabirira Katonda, osobola okufuuka omujulizi wa Yesu Kristo omutuufu era n'olaga amaanyi ag'Omwoyo Omutukuvu. Katonda yatugamba okumukowoola ne bwe tubeera nga tusiiba. Bwe tumala obudde bwaffe obw'okusiiba obusinga nga twebase olw'enjala, tetujja kufuna kuddibwamu okuva eri Katonda. Katonda asuubiza mu Isaaya 58:9, "N'olyoka oyita MUKAMA n'ayitaba, olikaaba Naye alyogera nti, 'Nze nzuuno.'" Okusinziira ku kisuubizo Kye, bwe tukowoola Katonda mu kusiiba, ekisa n'amaanyi okuva waggulu bijja kutukkira era tujja kubeera bawanguzi tufune okuddibwamu okuva Gyali.

Olugero "olwa namwandu ataalekerawo kwanjula nsonga ye wa mulamuzi," Yesu yatubuuza mu kufaayo nti, "Kale ne Katonda taliramula balonde Be abamukaabirira emisana n'ekiro, ng'akyagumiikiriza?" era n'atulagira okukaabirira Katonda mu kusaba (Lukka 18:7).

N'olwekyo, nga Yesu bwatugamba mu Matayo 5:18, "Kubanga mbagamba mazima nti Eggulu n'ensi okutuusa lwe biriggwaawo, ennukuta emu newakubadde akatonnyeze akamu ak'omu mateeka tekaliggwaawo, okutuusa byonna lwe birimala okutuukirira," Abaana ba Katonda bwe basaba, kijja kyokka bo okukowoola mu kusaba. Kino kye kiragiro kya Katonda. Kubanga amateeka Ge galagira nti tulina kulya ku ntuuyo zaffe, tusobola okufuna okuddibwamu kwa Katonda bwe tumukowoola.

Abantu abamu bayinza okugamba oba ne babuuza nga beesigama ku Matayo 6:6-8, "Ddala lwaki tulina okukaabirira Katonda nga Amanyi byonna bye twagala nga tetunamusaba nakumusaba?" oba "Lwaki tukowoola nga Yesu yagamba nti tusabire mu kisenge eky'omunda nga tugaddewo?" So nga tewali wantu wonna mu Bayibuli w'osanga ekyawandiikibwa nga kyogera ku bantu okusabira mu kyama nga bali eyo mu kweyagalira mu bisenge byabwe.

Amakulu amatuufu aga Matayo 6:6-8 kwe kutukubiriza okusaba n'omutima gwaffe gwonna. Okuyingira mu kisenge eky'omunda n'okuggalawo oluggi. Bw'oba mu kisenge ekisirifu nga kyesudde nga n'oluggi luggaddwawo, onoobeera tosaliddwako ku bigende mu maaso awalala wonna? Nga bwe tusalibwako ku bye bweru byonna bwe tubeera tuggadde olugi, Yesu mu Matayo 6:6-8 atugamba okwesalako ebirowoozo byaffe byonna, ebirowoozo eby'ensi, okwerariikirira, obulumi, n'ebiringa ebyo, tusabe n'omutima gwaffe gwonna.

Era, Yesu yanyumya olugero luno nga essomo eri abantu okumanya nti Katonda tawuliriza ssaala za Bafalisaayo ne bakabona, nga mu biseera bya Yesu baalekaaniranga waggulu nga basaba okweraga eri ababalaba. Tetulina kumera malala olw'obungi bw'essaala. Wabula, tulina okufuba mu kusaba kwaffe n'omutima gwaffe gwonna nga tuguwaayo Gyali oyo akebera emitima gyaffe n'ebirowoozo, eri oyo Ayinza byonna amanyi ebyetaago byaffe byonna ne byetwagala, era nga Oyo Ye "byonna mu byonna" waffe.

Kizibu okusaba n'omutima gwaffe gwonna bwe tuba tusaba mu kasirise. Ggezaako okusabira mu birowoozo byo nga bw'ozibirizza. Era tewajja kuyita kiseera nga tonnatandika kulwanagana na birowoozo bya nsi saako obukoowu, mu kifo ky'okusaba. Bw'oba okooye ate nga n'otulo tukuluma, ojja kwebaka nga tomanyi na kumanya.

Mu kifo ky'okusabira munda mu kisenge ekisirufu, "Ye [Yesu] yagenda ku lusozi okusaba, n'akeesa obudde ng'asaba Katonda" (Lukka 6:12) ne "Ku makya ennyo, nga bukyali kiro, n'agolokoka n'afuluma, n'agenda mu ddungu, n'asabira eyo" (Makko 1:35). Mu kisenge kya Nnabbi Danyeri ekya waggulu, gye yasabiranga ng'aguddewo amadirisa nga goolekedde Yerusaalemi, n'agendanga mu maaso n'okufukamiranga ku maviivi ge emirundi esatu buli lunaku, n'asaba, ne yeebaza mu maaso ga Katonda we (Danyeri 6:10). Peetero yalinnya ku nju waggulu okusaba (Ebikolwa 10:9), era omutume Pawulo yafuluma mu mulyango gw'ekibuga okugenda ku mugga gye baalowooza nga yaliyo ekifo eky'okusabirangamu era ne basabiranga mu kifo awaasabirwanga bwe baali nga bali mu Firipo (Ebikolwa 16:13; 16). Abantu bano baaliko ebifo bye bassaawo mwe banaasabiranga kubanga baayagalanga okusaba n'omutima gwabwe gwonna. Olina okusaba mu ngeri nti essaala yo esima mu maanyi g'omulabe setaani oyo omufuzi w'obwakabaka obw'omu bbanga otwalibwe ku namulondo eya waggulu. Olwo lwokka lw'ojja okujjuzibwa Omwoyo

Omutukuvu, ebikemo byo bigobebwewo, olyoke ofune eby'okuddamu eri buli kizibu kyo ekinene n'ekitono.

3) Essaala yo Erina Okuba n'ekigendererwa

Abantu abamu bayinza okusimba emiti okusobola okufunamu embaawo ennungi. Abalala emiti ne bagisimba kufunako bibala. Abalala ne basimba emiti nga gyakugyako embaawo eziwunda ennimiro. Omuntu bw'aba yasimba emiti nga talina kigendererwa, ayinza n'okulekayo okugirabirira nga gikyali ndokwa kubanga alina bingi ebimutwala ebirowoozo.

Okuba n'ekigendererwa ekituufu mu kukola ekintu kyonna kye kitwala ekintu ekyo mu maaso era n'ebikivaamu n'ebibeera birungi. Kyokka awatali kigendererwa kituufu, ekintu ekikolebwa kiyinza obuteeyongerayo akazibu akasangiddwa ne bwe kabeera katono kubanga tewali kigendererwa, wabeerawo kubuusabuusa kwokka na kuggwamu ssuubi.

Tulina okubeera n'ekigendererwa ekituufu bwe tufukamira mu maaso ga Katonda okusaba. Twasuubizibwa okufuna okuva eri Katonda ekintu kyonna kye tusaba bwe tuba bavumu mu maaso Ge (1 Yokaana 3:21-22), era ekigendererwa ky'okusaba kwaffe bwe kibeera kirambulukufu bulungi, tujja kusobola okusaba n'amaanyi n'okuguma mu kufuba. Katonda waffe ajja, bw'anaalaba nga tewali kitusaliza musango mu mutima gwaffe, kutuwa buli kimu kye twetaaga. Bulijjo tulina okujjukiranga ekigendererwa ky'okusaba kwaffe era tusobole okusaba mu ngeri esanyusa Katonda.

4) Olina Okusaba Olw'okukkiriza

Olw'okuba ekigero ky'okukkiriza kwa buli muntu kya njawulo, buli muntu ajja kufuna okuddibwamu okuva eri Katonda okusinziira ku kukiriza kwabwe. Abantu bwe babeera baakasooka okukkiriza Yesu Kristo era ne baggulawo emitima gyabwe, Omwoyo Omutukuvu ajja n'atuula mu bo era Katonda n'abateekako envumbo ng'abaana Be. Wano webabeerera n'okukkiriza okulinga akasigo kakalidaali.

Bwe babeera nga bakuuma olunaku lwa Mukama nga lutukuvu era ne bagenda mu maaso n'okusaba, ne bafuba n'okukuuma amateeka ga Katonda, era ne batambulira mu Kigambo Kye, okukkiriza kwabwe kugenda kukula. Kyokka, bwe basisinkana ebikemo n'okubonaabona nga tebanayimirira kunywera ku lwazi olw'okukkiriza, bayinza okubuusabuusa amaanyi ga Katonda era olumu ne baggwamu amaanyi. Wabula wadde guli gutyo, bwe bayimirira ku lwazi olw'okukkiriza, tebajja kugwa mu mbeera yonna wabula bajja kutunuulira Katonda mu kukkiriza era bagende mu maaso n'okusaba. Katonda alaba okukkiriza okw'ekika ekyo, era ajja kukola ku lw'obulungi lw'abo abamwagala.

Bwe bagenda bongera okusaba ssaala ku ssaala, n'amaanyi okuva waggulu bajja kulwanyisa ekibi era bafaanane Mukama waffe. Bajja kutegeera bulungi okwagala kwa Katonda era bakugondere. Kuno kwe kukkiriza okusanyusa Katonda era bajja kufuna buli kimu kye basaba. Abantu bwe batuuka ku kigero kino eky'okukkiriza, bajja kwerabira ku bisuubizo ebisangibwa mu Makko 16:17-18, awagamba nti, "Obubonero buno bunaagendanga n'abo abakkiriza banaagobanga emizimu mu linnya Lyange, banaayogeranga ennimi empya, banaakwatanga ku misota, bwe banaanywanga ekintu ekitta, tekiibakolenga kabi n'akatono, banaassanga emikono ku balwadde, n'abo banaawonanga." Abantu abalina okukkiriza okw'amaanyi bajja kufuna okuddibwamu okusinziira ku kukkiriza kwabwe, era abantu abalina okukkiriza okutono bajja kufuna okuddibwamu okusinziira ku kukkiriza kwabwe.

Waliwo "okukkiriza okwokwefaako" nga kuno okufuna ku lulwo, ne "Okukkiriza okuweereddwa Katonda." "Okukkiriza okwokwefaako" tekukwatagana na bikolwa bya muntu, wabula okukkiriza okuweereddwa Katonda kwe kukkiriza okw'omwoyo okwo okugobererwa ebikolwa. Bayibuli etubuulira nti okukkiriza kwe kunyweza ebyo ebisuubirwa (Abaebbulaniya 11:1), naye "okukkiriza okwokwefaako" tekuba na bukakafu. Omuntu ne bwafuna okukkiriza okwawula Ennyanja Emyufu n'okuggya olusozi okuva mu kifo ekimu okudda mu kirala, "n'okukkiriza okwokwefaako," abeera tafuna bukakafu obw'eky'okuddamu kya Katonda.

Katonda atuwa "okukkiriza okulamu" okwo okugobererwa ebikolwa bwe tumugondera, ne tulaga okukkiriza kwaffe n'ebikolwa saako okusaba okusinziira ku kukkiriza kwaffe mu ye. Bwe tumulaga okukkiriza kwe tulina, okukkiriza okwo kujja kwegatta "n'okukkiriza okulamu" Katonda kwatugattako, okujja okufuuka okukkiriza okw'amaanyi okutusobozesa okufuna okuddamu kwa Katonda awatali kulwa. Ebiseera ebimu abantu bafuna obukakafu obw'okuddamu Kwe. Kuno kwe kukkiriza okubaweebwa Katonda era bwe babeera n'okukkiriza okw'ekika kino, babeera baafunye dda eky'okuddamu kyabwe.

N'olwekyo, awatali kubuusabuusa wadde n'akatono, tulina okuteeka obwesige bwaffe mu bisuubizo bya Yesu byatuwa mu Makko 11:24, "Kyenva mbagamba nti, Ebigambo byonna byonna bye musaba n'okwegayirira, mukkirize nga mubiweereddwa, era mulibifuna." Era tulina okusaba okutuuka nga tukkirizza nti Katonda agenda kutuddamu, era tujja kufuna buli kyonna kye tunaasaba (Matayo 21:22).

5) Olina Okusaba mu kwagala

Abaebbulaniya 11:6 watugamba, "Era awataba kukkiriza tekiyinzika kusiimibwa, kubanga ajja eri Katonda kimugwanira okukkiriza nga Katonda waali, era nga Ye mugabi w'empeera eri abo abamunoonya." Bwe tukkiriza nti okusaba kwaffe kwonna kujja kuddibwamu nti era kuterekeddwa nga empeera zaffe ez'omu ggulu, tetwandirabye kusaba nti kukooya oba nti kuzibu. Nga Yesu bwe yafuba mu kusaba okusobola okuwa abantu obulamu, bwe tusabira emyoyo emirala n'okwagala, tusobola okusaba n'amaanyi. Bw'oba ng'osobola okusabira abalala n'okwagala mu mazima, ekyo kitegeeza nti osobola okweteeka mu mu bigere byabwe n'olaba ebizibu byabwe ng'ebibyo, n'oba ng'oyongeramu n'amaanyi mu kusaba.

Eky'okulabirako, katugambe osabira okuzimbibwa kw'ekizimbe kye kanisa. Olina okusaba n'omutima gwe gumu nga gwe wandisabidde okuzimba ennyumba eyiyo. Nga bwe wandisabidde ettaka, abakozi, eby'okuzimbisa, n'ebiringa ebyo ku lw'ennyumba yo, olina okusabira buli kimu ekyetaagisa mu kuzimba ekkanisa mu bujjuvu. Bw'oba osabira omulwadde, olina okweteeka mu bigere bye ofube mu kusaba n'omutima gwo gwonna nga gyoli nti obulumi n'okubonaabona byalimu by'olimu.

Okusobola okufuna okwagala kwa Katonda, Yesu yafukamira ku maviivi n'afuba mu kusaba mu kwagala Kwe eri Katonda n'eri abantu bonna. Era ekyavaamu, ekkubo eri obulokozi ne ligguka era buli oyo yenna akkiriza Yesu Krsito asobola kati okusonyiyibwa ebibi bye era ne yeeyagalira mu buyinza obw'okubeera omwana wa Katonda.

Nga tusinziira ku ngeri Yesu gye yasabamu n'ebikulu mu kika ky'okusaba ekyo ekisanyusa Katonda, tuteekwa okwekeneenya endowooza yaffe n'omutima, tusabe n'endowooza saako omutima ebisanyusa Katonda, era tufuna okuva Gyali buli kimu kye tusaba mu kusaba.

Essuula 4

Muleme Okuyingira mu Kukemebwa

Yesu n'adda eri Abayigirizwa, N'abasanga nga beebase, n'agamba Peetero nti,
"Kazzi temuyinzizza kutunula nange n'essaawa emu? Mutunule musabe, muleme okuyingira mu kukemebwa; omwoyo gwe gwagala naye omubiri munafu."

(Matayo 26:40-41)

1. Obulamu Obw'okusaba: Okussa Kwaffe Okw'omwoyo

Katonda waffe mulamu, yafuga obulamu bw'omuntu, okufa, ebikolimo, n'emikisa, era Ye Katonda kwagala, omwenkanya, era ow'obulungi. Tayagala baana Be kugwa mu kukemebwa oba okusisinkana okubonaabona wabula ayagala batambulire mu bulamu obujjudde emikisa. Yensonga lwaki Yasindika Omwoyo Omutukuvu omubuzibuzi aliwo okuyamba abaana Be okuwangula ensi eno, okugoba omulabe setaani, batambulire mu bulamu obulungi era obujjudde essanyu, era batuuke ku bulokozi.

Katonda yatusuubiza mu Yeremiya 29:11-12, "Kubanga mmanyi ebirowoozo bye ndowooza gye muli, bw'ayogera Mukama, ebirowoozo eby'emirembe so si bya bubi, okubawa okusuubira enkomerero yammwe ey'oluvannyuma. Era mulinkaabira, era muligenda ne munsaba, nange ndiwulira."

Bwe tubeera baakubeera mu bulamu buno mu mirembe ne ssuubi, tulina okusaba. Bwe tusaba obutalekaayo mu bulamu bwaffe mu Kristo, tetujja kukemebwa, emmeeme yaffe ejja kukulaakulana, ekyo ekirabika "ng'ekitasoboka" kijja kukyuka kifuuke "ekisoboka," era buli kintu kyonna mu bulamu kitambule bulungi, era tubeera balamu. So nga, abaana ba Katonda bwe batasaba, omulabe waffe setaani atambulatambula ng'awuluguma ng'empologoma ng'anoonya gw'anaalya, tujja kusisinkana ebikemo era tusisinkane ebizibu.

Nga obulamu bwe buggwaawo bwe tutassa buli lunaku, omugaso gw'okusaba mu bulamu bw'abaana ba Katonda tegwetaaga kunnyonyolwa nnyo. Yensonga lwaki Katonda atulagira okusaba obutalekaayo (1 Abasessaloniika 5:17), watujjukiza nti okulemererwa okusaba kibi (1 Samwiiri 12:23), era n'atusomesa engeri y'okusaba tuleme okuyingira mu kukemebwa (Matayo 26:41).

Abakkiriza abaggya abaakakkiriza Yesu Kristo omulundi gwabwe ogusooka batera okulaba ng'okusaba kuzibu kubanga tebamanyi ngeri yakusaba. Omwoyo gwaffe omufu guzaalibwa buto bwe tukkiriza Yesu Kristo ne tufuna Omwoyo Omutukuvu. Embeera ey'omwoyo mu kiseera kino ebeera nga ey'omwana omuto; kibeera kizibu okusaba.

Wabula wadde guli gutyo, bwe batabivaamu wabula ne basigala nga basaba era ne bafuula Ekigambo kya Katonda emmere, emyoyo ginywezebwa era okusaba kwabwe ne kufuuka kw'amaanyi. Ng'abantu bwe batasobola kubeerawo nga tebassa, batandika okukiraba nti tebasobola kubeerawo nga tebasabye.

Bwe nali nkula, waalingawo abaana abaawakananga ani asinga okusiba omukka. Ng'abaana babiri beetunuulira buli omu n'asiba omukka. Wabeerangawo eyabasimbulanga nga bwagamba "mwetegeka~" ababiri nga basika omukka oguwerako. Bwagamba nti "Mutandike!" n'obumalirivu, abaana basiba omukka eby'okussa ne babivaako.

Mu kusooka, okusiba omukka si kizibu nnyo. Kyokka bwe

wayitawo akaseera, batandika okuwulira obubi n'amaaso ne gatandika okubamyuka. Ku nkomerero, babeera tebakyasobola kusiba mukka, awo ne baguta. Tewali asobola kubeera mulamu bwalekerawo okussa.

Kye kimu n'okusaba. Omuntu ow'omwoyo bwalekayo okusaba, talabawo nnyo njawulo mu kusooka. Ekiseera bwe kigenda kiyitawo, omutima gwe gutandika okuwulira obubi n'okulumwa. Singa asobola okulaba omwoyo gwe n'amaaso ge tulabisa, omwoyo ogwo gubeera ng'ogutugibwa. Bwakitegeera nti kino kizze lwakuba yalekerawo okusaba era n'addamu okusaba, asobola okuddamu okutambulira mu bulamu Obw'ekikristaayo nate. Kyokka, bwe yeeyongerayo okweyonoonesa n'ekibi eky'obutasaba, omutima gwe gujja kwongera okuwulira obubi n'okwerariikirira, era ajja kufuba mu bintu bingi olw'okuva kw'ekyo kyalina okuba ng'akola.

"Okuwummulamu" mu kusaba si kwe kwagala kwa Katonda. Nga bwe tuweekeera okutuuka ng'okussa kwaffe kuzeemu okutereera, okuddamu okusaba obulungi nga bwe kyalinga luli kizibu era kitwala obudde bungi. "Okuwummula" gye kukoma, n'okuzza obulamu obw'okusaba gye kukoma okuzibuwala.

Abantu abategeera nti okusaba kwe kussa kw'omwoyo tebakusangamu buzibu. Bwe babeera nga babadde basaba bulijjo nga bw'oyingiza n'okufulumya omukka, mu kifo ky'okuwulira nti okusaba kukooya nti oba kuzibu, bafuna bufunyi mirembe, ne beeyongera okuba ne ssuubi, n'okusanyuka mu bulamu okusinga bwe babeera nga tebasaba. Kiri bwe kityo lwakuba bafuna okuddamu kwa Katonda era ne bamuddiza ekitiibwa buli gye bakoma okusaba.

2. Ensonga Lwaki Ebikemo Bijjira Abantu Abatasaba

Yesu yatuteerawo eky'okulabirako eky'okusaba era n'agamba Abayigirizwa Be batunule basabe baleme okuyingira mu kukemebwa (Matayo 26:41). Kyokka, kino kitegeeza nti bwe tutasaba bulijjo, tujja kugwa mu kukemebwa. Olwo lwaki, ebikemo bijja eri abantu abatasaba?

Katonda yatonda omuntu asooka Adamu, yamufuula ekitonde ekiramu, era n'amuganya okuba ng'awuliziganya ne Katonda nga Ye Mwoyo. Adamu bwe yamala okulya ku muti ogw'okumanya obulungi n'obubi n'ajeemera Katonda, omwoyo gwa Adamu gw'afa, okuwuliziganya kwe yalina ne Katonda ne kuggwawo, era n'agobebwa n'okuva mu Lusuku Adeni. Omulabe Setaani, omufuzi w'obwakabaka obw'omu bbanga n'afuna obuyinza ku muntu eyali takyasobola kuwuliziganya na Katonda Oyo Omwoyo omwereere, bwatyo omuntu n'annyikira mpola mu kibi.

Olw'okuba empeera y'ekibi kwe kufa (Abaruumi 6:23), Katonda n'ayanjula ekigendererwa Kye eky'obulokozi okuyita mu Yesu Kristo eri abantu bonna abaali ab'okufa. Katonda oyo yenna akkiriza Yesu Kristo ne yeeyita mwonoonyi era ne yeenenya ebibi bye amuteekako envumbo ey'okuba omwana We, era ng'akabonero akakakasa, Katonda amuwa Omwoyo Omutukuvu.

Omwoyo Omutukuvu omubuziibuzi oyo Katonda gwe yasindika okulumiriza ensi olw'ekibi, n'olw'obutuukirivu, n'olw'omusango (Yokaana 16:8), atuwolereza n'okusinda okutayogerekeka (Abaruumi 8:26), era n'atuganya okuwangula ensi.

Okusobola okujjuzibwa Omwoyo Omutukuvu n'okufuna okulung'amizibwa Kwe, okusaba kwetaagisa nnyo. Okujjako nga tusabye Omwoyo Omutukuvu lwajja okwogera gye tuli, akwate ku mutima gwaffe n'ebirowoozo, atulabule obutagwa mu bikemo, atubuulire engeri gye tuyinza okwewala ebikemo, era atuyambe okuwangula ebikemo ne bwe bibeera bizze gye tuli.

Wabula, awatali kusaba w'aba tewali ngeri gy'oyinza kwawula kwagala kwa Katonda okuva ku kwagala kw'omuntu. Mu kunoonya okuyaayaana kw'ensi, abantu abatatera kusaba bajja kutambulira mu mize gyabwe emikadde era bakole ebyo bye balowooza nti bye bituufu. N'olwekyo, okukemebwa n'okubonaabona bibajjira ne basisinkana buli kika kya bizibu.

Mu Yakobo 1:13-15 wasoma nti, "Omuntu yenna bwakemebwanga, tayogeranga nti, 'Katonda Ye ankema'; kubanga Katonda takema na bubi, era Ye yennyini takema muntu yenna. Naye buli muntu akemebwa, ng'awalulwa okwegomba kwe ye n'asendebwasendebwa. Okwegomba okwo ne kulyoka kuba olubuto ne kuzaala okwonoona, n'okwonoona okwo, bwe kumala kukula, ne kuzaala okufa."

Kwe kugamba, okukemebwa kujjira abantu abatasaba kubanga balemererwa okwawulawo wakati w'okwagala kwa Katonda n'okwagala kw'abantu, ne basendebwasendebwa okuyaayaana kw'ensi, era ne babonaabona n'emitawaana kubanga tebasobola kuwangula kukemebwa. Katonda ayagala abaana Be bonna okuyiga okumatira mu mbeera yonna, bategeere kye kitegeeza okwetaaga ne kye kitegeeza okuba n'ebingi, era bayige ekyama eky'okuba omumativu mu mbeera zonna, oba okusse oba oli muyala, oba olina bingi oba oli mu bwetaavu (Abafiripi 4:11-12).

Wabula wadde guli gutyo, olw'okuba okuyaayaana kw'ensi kukula ne kuzaala ekibi era ng'empeera y'ekibi kwe kufa, Katonda tasobola kukuuma bantu bagenda mu maaso n'okwonoona. Abantu gye bakoma okwonoona, n'omulabe setaani gyakoma okubakema n'okubaleetera ebizibu. Abantu abamu abagwa mu bikemo banyiiza Katonda nga bagamba nti Katonda yabatadde mu mbeera eyo era n'abaleetako okubonaabona. Wabula wadde guli gutyo, bino bibeera bikolwa bya kuwalana Katonda era abantu ab'ekika ekyo tebasobola kuwangula kukemebwa era tebaganya Katonda kukola ku lw'obulungi bwabwe.

N'olwekyo, Katonda atulagira okumenya empaka na buli kintu ekigulumivu ekikulumbazibwa okulwana n'okutegeera kwa Katonda, era nga tujeemula buli kirowoozo okuwulira Kristo (2 Abakolinso 10:5). Era n'atujjukiza mu Baruumi 8:6-7, "Kubanga okulowooza kw'omubiri kwe kufa, naye okulowooza kw'Omwoyo bwe bulamu n'emirembe, kubanga okulowooza kw'omubiri bwe bulabe eri Katonda, kubanga tekufugibwa mateeka ga Katonda, kubanga n'okuyinza tegakuyinza."

Obubaka obusinga bwonna obw'ebintu bye tuyiga ne tutereka mu bwongo nti bye "bituufu" nga tetunasisinkana Katonda, bizuulibwa nti bikyamu mu musana ogw'amazima. Kale, tusobola okugoberera bulambalamba okwagala kwa Katonda bwe tumenyaamenya endowooza zonna n'ebirowoozo eby'omubiri. Era, bwe tubeera twagala okumenyawo n'empaka zonna tugondere amazima, tulina okusaba.

Ebiseera ebimu, Katonda kwagala atereeza abaana Be baleme okugenda mu kkubo ery'okuzikirira era n'akkiriza bayite mu kukemebwa basobole okwenenya era bakyuke okuva mu bibi byabwe. Abantu bwe beetunulamu era ne beenenya ebyo byonna ebitatuukiridde mu bo mu maaso ga Katonda, ne babeera nga basaba, nga batunuulidde Oyo akolera abo abamwagala olw'obulungi mu byabwe byonna, era ne basanyukanga, Katonda ajja kulaba okukkiriza kwabwe era ddala abaddemu.

3. Omwoyo gwo Gwagala naye Omubiri Munafu

Mu kiro alyoke akwatibwe atwalibwe okukomererwa, Yesu yagenda n'abayigirizwa Be mu kifo ekiyitibwa Gesusemane era n'afuba mu kusaba. Bwe yasanaga abayigirizwa Be nga beebase, Yesu n'ayennyamira n'agamba nti, "omwoyo gwe gwagala naye omubiri munafu" (Matayo 26:41).

Mu Bayibuli mulimu ebigambo nga, "omubiri," "ebintu eby'omubiri," ne "ebikolwa eby'omubiri." Ku ludda olumu, "omubiri" gukontana ne "omwoyo" era nga kikozesebwa okutegeeza ekintu kyonna ekyonoona era ekikyusa. Kitegeeza buli kitonde kyonna, omuli n'omuntu nga tannakyusibwa na mazima, ebimera, ensolo zonna, n'ebiringa ebyo. Ku ludda olulala, "omwoyo" kitegeeza ebintu eby'olubeerera, eby'amazima, era ebitakyukakyuka.

Okuva Adamu lwe yajeema, abasajja bonna n'abakazi bazaalibwa n'ekibi ekisikire, era nga eno y'ensibuko y'ekibi. "Ebibi ebikoleddwa abantu" bye bikolwa ebyagatali mazima ebikoleddwa nga biva ku mulabe setaani. Abantu bafuuka "omibiri" agatali mazima bwe g'onoona omubiri gwe era omubiri ne gwegatta n'embala ey'ekibi. Era Abaruumi 9:8 ayogera ku kino bw'agamba nti "abaana ab'omubiri." olunnyiriri lugamba, "Kwe kugamba nti abaana ab'omubiri, abo si be baana ba Katonda, naye abaana b'okusuubiza be babalibwa okuba ezzadde." Ne Abaruumi 13:14 watulabula, "Mwambale

Mukama waffe Yesu Kristo, so temutegekeranga mubiri, olw'okwegomba." Era, "ebintu eby'omubiri" bye bintu eby'enjawulo ebivaako okwonoona gamba nga obulimba, enge, obuggya, n'obukyayi (Abaruumi 8:5-8). Nga tebinateekebwa mu nkola naye nga bisobola okuvaamu ebikolwa. Okuyaayaana okw'ekika kino bwe kuteekebwa mu nkola, olwo ne biyitibwa "ebikolwa eby'omubiri" (Abaggalatiya 5:19-21).

Yesu yali ategeeza ki bwe yagamba nti "naye omubiri munafu"? Olowooza yali ategeeza embeera ey'okungulu abayigirizwa Be gye baalimu? Nga abantu abaaliko abavubi, Peetero, Yakobo, ne Yokaana baali basajja b'amaanyi era nga balamu bulungi. Abantu abaali babaddeko mu mpewo nga bwe bavuba ekiro, ebiseera ebisinga nga tebeebaka ekiro kyonna bali mu kuvuba, kati obuteebaka okumala essaawa nga ziizo tekyali kizibu kinene. Wabula, wadde Yesu yali abagambye batunule wamu Naye, abayigirizwa abasatu baalemwa okusaba era ne bamaliriza nga beebase. Bateekwa okuba baagenda e Gesusemane okusaba ne Yesu, naye okuyaayaana kuno kwali mu mitima gyabwe. Era, Yesu bwe yabagamba nti omubiri gwabwe gwali "munafu," Yali ategeeza nti abasatu bano baali tebasobola kweggyako kwegomba kwa mubiri era ne kibaleetera okwebaka n'okuwummula.

Peetero eyali omu ku bayigirizwa ba Yesu be yayagala ennyo yali tasobola kusaba kubanga omubiri gwe gwali munafu wadde ng'omwoyo gwe gwali gwagala, era Yesu bwe yakwatibwa obulamu bwe ne bubeera mu buzibu yeegaana Yesu emirundi esatu nti tamumanyangako. Bino byabaawo ng'okuzuukira n'okugenda mu ggulu tebinnaba, era Peetero n'abeera mu kutya okungi ennyo olw'okuba yali tannafuna Mwoyo Mutukuvu.

Kyokka Peetero bwe yafuna Omwoyo Omutukuvu, yazuukiza abafu, n'alaga eby'amagero n'obubonero eby'enjawulo, n'afuna obuvumu okuba nga yatuuka n'okukomererwa ng'asulikiddwa. Kati obubonero bw'obunafu bwa Peetero nga tebukyasobola kusangibwa wantu wonna kubanga yali akyusiddwa n'afuuka omutume wa Katonda oyo eyali tatya kufa. Kino kyali bwe kityo lwakuba Yesu yayiwa omusaayi Gwe ogw'omuwendo, ogutaaliko bbala, era nga gwali musaayi ogutaalina musango gwonna bwatyo n'atununula ffena okuva mu bunafu bwaffe, mu bwavu, ne mu bulumi. Bwe tutambulira mu kukkiriza, mu kugondera Ekigambo kya Katonda, tujja kubeera balamu mu mubiri ne mu mwoyo, era tujja kusobola okukola ebyo ebitasobola kukolebwa bantu, era buli kimu kijja kubeera kisoboka gye tuli.

Ebiseera ebimu, abantu abamu abakola ebibi, mu kifo ky'okwenenya ebibi byabwe, banguwa okugamba nti "omubiri munafu" era ne balowooza nti kyeboogedde si kibi. Abantu boogera ebigambo eby'ekika ekyo kubanga tebamanyi mazima. Katugambe waliwo taata awadde omwana we dolla 1,000. Nga kiyinza okulabika obulala singa omwana akwata sente ezo n'aziteeka mu nsawo ye kyokka n'agamba kitaawe nti, "Sirina sente yonna; wadde ennusu"? Nga kiyinza okunyiiza taata, omwana – ng'akyalina doola 1,000 mu nsawo bwe yeerumya enjala n'atagula kyakulya kyonna! N'olwekyo, abamu ku ffe abafunye Omwoyo Omutukuvu okugamba nti, "Omubiri munafu" kiba nga kwekuba ndobo.

Ndabye abantu bangi abeebakanga ssaawa ennya ekiro, kyokka nga kati tebabulawo mu kusaba "Okw'ekiro kyonna ku lw'okutaano" oluvannyuma lw'okusaba ne bafuna okuyambibwa Omwoyo Omutukuvu. Tebakoowa wadde okunafuwa era olw'okutaano ekiro baaluwaayo mu bujjuvu bw'Omwoyo Omutukuvu. Kino kiri bwe kityo lwakuba, mu bujjuvu bw'Omwoyo Omutukuvu, amaaso g'abantu ag'omwoyo gajja kugguka, emitima gyabwe gijja kubeera gijjudde essanyu erikulukuta, era tebakoowa, nga n'emibiri gyabwe bawulira nga giwewuka.

Olw'okuba tuli mu kiseera eky'Omwoyo Omutukuvu, tetulemenga kusaba oba ne twonoona mbu kubanga "omubiri munafu." kye tulina okukola, tutamiirukuke nga tusaba obutakoowa, tulina okufuna okuyambibwa okuva eri Omwoyo Omutukuvu era twegyeko ebintu n'ebikolwa eby'omubiri n'ebiringa ebyo, era tufube okutambulira mu bulamu obw'ekikristaayo mu Kristo nga bulijjo tutambula ng'okwagala kwa Katonda gye tuli bwe kuli.

4. Emikisa gy'Abantu Abeekuuma nga Batamirukufu wamu N'okusaba

1 Peetero 5:8-9 watugamba, "Mutamiirukukenga, mutunulenga, omulabe wammwe setaani atambulatambula, ng'empologoma ewuluguma, ng'anoonya gw'anaalya. Oyo mumuziyizenga nga muli banywevu mu kukkiriza kwammwe, nga mumanyi ng'ebibonoobono ebyo bituukirira eri baganda bammwe abali mu nsi." Omulabe Setaani, nga ye mufuzi w'obwakabaka obw'omu bbanga, afuba nnyo okusikiriza abakkiririza mu Katonda okuwaba era n'alemesa abantu Be okufuna okukkiriza buli mukisa gwonna gwafuna.

Omuntu bw'aba ayagala okukuulayo omuti, asooka n'agunyeenya. Enduli bw'eba nnene era ng'emirandiira gyagwo gyakka nnyo mu ttaka, ajja kubivaako agezeeko okunyeenya omuti omulala. Omuti omulala bwe guba ng'ogusobola okukuukayo okusinga ku gwasoose, awo ajja kwongeramu amaanyi alabe nti agukuulayo. Mu ngeri y'emu, omulabe setaani oyo anoonya okutusuula ajja kugobebwawo bwe tusigala nga tuli bagumu. Bwe tunyeenyezebwamu bwe tuti, omulabe setaani ajja kwongera okutuleetera ebikemo okulaba nti tugwa.

Okusobola okutegeera omulabe setaani n'okuzikiriza obukoddyo bw'omulabe setaani ne tusobola okutambulira mu kitangaala nga tutambulira mu kigambo kya Katonda, tulina okufuba mu kusaba ne tufuna amaanyi agava eri Katonda n'amaanyi okuva waggulu. Yesu nga ye mwana wa Katonda yekka yasobola okutuukiriza buli kimu okusinziira ku kwagala kwa Katonda olw'amaanyi g'okusaba. Nga tannatandika buweereza Bwe mu butongole, Yesu yeetegeka ng'asiiba okumala ennaku amakumi ana ekiro n'emisana, era ne mubuweereza Bwe bwonna obw'emyaka esatu n'ekitundu Yalaga emirimu egy'amaanyi ga Katonda ng'asaba obutalekaayo. Era obuweereza Bwe webwaggwerako, Yesu yasobola okuzikiriza obuyinza bw'okufa era n'akuwangula okuyita mu kuzuukira kubanga Yafuba mu kusaba e Gesusemani. Eyo yensonga lwaki Mukama waffe yatukubiriza nti "Munnyiikirirenga mu kusaba nga mutunulanga mu kusaba mu kwebaza" (Abakkolosaayi 4:2), ne "Naye enkomerero ya byonna eri kumpi, kale mwegenderezenga mutamiirukukenga olw'okusaba" (1 Peetero 4:7). Era n'atuyigiriza okusaba, "Totutwala mu kukemebwa, naye otulokole eri omubi" (Matayo 6:13). Okwewala okugwa mu kukemebwa kikulu nnyo. Bw'ogwa mu kukemebwa, kitegeeza nti tokuwangudde, onafuye, era oddiridde mu kukkiriza kwo – era ng'okukkiriza okw'ekika ekyo Katonda tekumusanyusa.

Bwe tutamiirukuka era ne tusaba, Omwoyo Omutukuvu atusomesa okutambulira mu kkubo ettuufu era n'atuyamba okwegyako ebibi. Era, emmeeme zaffe gye zikoma okubeera obulungi, omutima gwaffe gye gujja okukoma okufaanana ogwa Mukama waffe, tujja kubeera bulungi mu buli kimu, era tujja kufuna emikisa egy'okubeera abalamu.

Okusaba kye kisumuluzo ky'okubeera na buli kintu mu bulamu bwaffe n'okufuna omukisa ogw'okubeera abalamu mu mubiri ne mu mwoyo. Twasuubizibwa mu 1 Yokaana 5:18 nti, "Tumanyi nga buli muntu yenna eyazaalibwa Katonda amukuuma, omubi n'atamukomako." Eyo yensonga, bwe tubeera obulindaala, ne tusaba, era ne tutambulira mu musana, tujja kukuumibwa omulabe setaani aleme okutulumbagana, era nga ne bwe tuba tugudde mu kukemebwa, Katonda ajja kutulaga engeri gye tuyinza okuwonamu, mu bintu byonna, akole olw'obulungi bwamwe abamwagala.

Olw'okuba Katonda yatugamba okusaba obutalekaayo, tulina okufuuka abaana Be abaweereddwa omukisa abatambulira mu Kristo nga twekuuma nga tuli bulindaala, n'okwegobako omulabe setaani, era nga tufuna buli kimu ekyo Katonda kye yagamba nti Alituwa ng'omukisa.

Mu 1 Abasessaloniika 5:23 tusanga nga, "Era Katonda ow'emirembe yennyini abatukulize ddala, era omwoyo gwammwe n'obulamu n'omubiri byonna awamu bikuumibwenga awatali kunenyezebwa mu kujja kwa Mukama waffe Yesu Kristo."

Ka buli omu ku mmwe afune okuyambibwa Omwoyo Omutukuvu nga weekuuma okubeera obulindaala, nga osaba bulijjo, ofune omutima ogutaliiko bbala ng'omwana wa Katonda nga weggyako ekikula eky'embala y'ekibi mu ggwe era ng'okomola omutima gwo n'Omwoyo Omutukuvu, era weeyagalire mu buyinza nga Omwana We nga mu Ye omwoyo gwo gujja kubeera bulungi, nga buli kimu mu bulamu bwo kitambula bulungi era ofune omukisa ogw'okubeera omulamu, ogulumize Katonda mu buli kimu ky'okola, mu linnya lya Mukama waffe Yesu Kristo Nsabye!

Essuula 5

Okusaba Kw'omuntu Omutuukirivu

Okusaba kw'omuntu omutuukirivu kuyinza nnyo
mu kukola kwakwo
Eriya yali muntu eyakwatibwa byonna nga ffe,
n'asaba nnyo enkuba ereme okutonnya enkuba n'etatonnya
ku nsi emyaka esatu n'emyezi mukaaga.
N'asaba nate, eggulu ne litonnyesa enkuba,
ensi n'emeza ebibala byayo.

(Yakobo 5:16-18)

1. Okusaba Okw'okukkiriza Okuwonya Abalwadde

Bwe twetunulamu mu bulamu bwaffe gye tuvudde, tulaba nga waaliwo ebiseera bwe twasabanga wakati mu kubonaabona n'ebiseera wetwasanyukira n'okwebaza olw'okuba twali tufunye okuddibwamu kwa Katonda. Waalingawo ebiseera we twasabiranga n'abalala okuwonyezebwa kw'abagalwa baffe n'ekiseera wetwagulumiza Katonda olw'okutuukiriza okuyita mu kusaba ebyo ebyali biremye abantu.

Ekiri mu Abaebbulaniya 11 ze nnyiriri eziwera ezoogera ku kukkiriza. Tujjukizibwa nti mu lunyiriri 1 nti "Okukkiriza kye kinyweza ebisuubirwa, kye kitegeereza ddala, ebigambo ebitalabika," so nga "Awataba kukkiriza tekiyinzika kusiimibwa Katonda, kubanga ajja eri Katonda kimugwanira okukkiriza nga waali, era nga Ye mugabi w'empeera eri abo abamunoonya" (Olunyiriri 6).

Okukkiriza okusingira ddala kwawulwamu emirundi ebiri "okukkiriza okw'omubiri" ne "okukkiriza okw'omwoyo." Ku ludda olumu, bwe tukozesa okukkiriza okw'omubiri ekigambo kya Katonda kye tukkiririzaamu kye kyo ekikwatagana n'ebirowoozo byabwe. Okukkiriza kuno tekulina njawulo yonna gye kuleeta eri obulamu bwaffe. Ku ludda olulala, okukkiriza okw'omwoyo, tusobola okukkiririza mu maanyi ga Katonda Omulamu n'ekigambo Kye nga bwe kiri ne bwe kiba nga tekikwatagana na birowoozo saako enzikkiriza zo.

Bwe tukkiririza mu mulimu gwa Katonda oyo atonda ebintu nga tewali kya biggyeemu, twerabira ku bintu ebikwatikako mu bulamu bwaffe saako obubonero Bwe n'eby'amagero, era ne tutandika okukkiriza nti buli kimu ddala kisoboka eri abo abakkiriza.

Yensonga lwaki Yesu yatugamba nti, "Obubonero buno bunaagendanga n'abo abakkiriza, banaagobanga emizimu mu linnya lyange, banaayogeranga ennimi empya, banaakwatanga ku misota, bwe banaanywanga ekintu ekitta, tekiibakolenga kabi n'akatono, banassangako emikono abalwadde, n'abo banaawonanga" (Makko 16:17-18), "Byonna biyinzika eri akkiriza" (Makko 9:23), nti era "Kyenva mbagamba nti, ebigambo byonna byonna bye musaba n'okwegayirira, mukkirize nga mubiweereddwa, era mulibifuna" (Makko 11:24).

Tuyinza tutya okufuna okukkiriza okw'omwoyo era ne twerabira buliwo ku maanyi ga Katonda waffe? Okusinga byonna, tulina okujjukira nti omutume Pawulo yayogera mu 2 Bakkolinso 10:5, "Nga tumenya empaka na buli kintu ekigulumivu ekikulumbazibwa okulwana n'okutegeera kwa Katonda, era nga tujeemula buli kirowoozo okuwulira Kristo." Tulina okulekerawo okutwala amagezi gaffe ge twakafunawo nti ge mazima. Kye tulina okukola kwe kumenyamenya empaka zonna n'ebiwowoozo ebyo ebijeemera ekigambo kya Katonda, tugondere ekigambo Kye nga ge mazima, era tukitambuliremu. Gye tukoma okumenyaamenya ebirowoozo eby'omubiri era ne tweggyako agatali mazima gonna, omwoyo gwaffe gujja kubeera bulungi era tufune n'okukiriza okw'omwoyo okutusozozesa okukkiriza.

Okukkiriza okw'omwoyo kye kigero ky'okukkiriza kwa Katonda nga kino buli omu ku ffe akiweebwa (Abaruumi 12:3). Oluvannyuma lw'okubuulira enjiri era ne tukkiriza Yesu Kristo, okukkiriza kwaffe kubeera ng'akasigo akakaliddaali. Bwe tugenda mu maaso okusinza mu kusaba, okuwuliriza Ekigambo kya Katonda, n'okukitambuliramu, twongera okufuuka abatuukirivu. Era, okukkiriza kwaffe kugenda kukula ne kufuuka okw'amaanyi, obubonero obugoberera abo abakkiriza ddala bujja kutugoberera.

Mu kusaba okw'okuwonya abalwadde, mulina okubeeramu okukkiriza okw'omwoyo okw'abo abasaba. Ye omukulu w'ekitongole – eyalina omuddu we omulwadde nga yali yasanyalala era ng'abonaabona nnyo – ayogerwako mu Matayo 8 yalina okukkiriza okuba nti yakkiriza nti omuddu we ajja kuwonyezebwa singa Yesu ayogera bw'ogezi ekigambo, era omuddu we yawonyezebwawo essawa eyo (Matayo 8:5-13).

Era, bwe tusabira abalwadde, tulina okubeera abavumu mu kukkiriza kwaffe era tuleme okubuusabuusa, nga Ekigambo kya Katonda bwe kitugamba, "Naye asabenga mu kukkiriza, nga taliiko ky'abuusabuusa, kubanga abuusabuusa afaanana ng'ejjengo ery'ennyanja eritwalibwa empewo ne lisuukundibwa. Kubanga omuntu oyo talowoozanga ng'aliweebwa ekintu kyonna okuva eri Mukama waffe" (Yakobo 1:6-7).

Katonda asanyukira nnyo okukkiriza okunywevu okwo okutayuuyizibwa, era bwe twegatta mu kwagala era ne tusabira abalwadde n'okukkiriza, Katonda akola n'okusingawo. Ow'okuba ekibi kiva mu kwonoona era nga Katonda ye Mukama waffe Atuwonya (Okuva 15:26), bwe twatula ebibi byaffe era ne tusabiragana, Katonda atuwa okusonyiyibwa n'okuwonyezebwa.

Bw'osaba n'okukkiriza okw'omwoyo era ng'olina okwagala okw'omwoyo, ojja kwerabira ku mirimu gy'amaanyi ga Katonda, oweera okwagala kwa Katonda obujjulizi, era omugulumize.

2. Essaala Y'omuntu Omutuukirivu Ebeera Y'amaanyi era Ekola

Okusinziira ku nkuluze eya Merriam-Webster, omuntu omutuukirivu ye muntu "atambulira mu mateeka g'obwa Katonda oba mu mateeka agakkirizibwa; nga talina musango gwonna wadde ekibi." So nga mu Baruumi 3:10 watugamba nti, "Tewali mutuukirivu n'omu." Ne Katonda n'agamba, "Kubanga abawulira obuwulizi amateeka si be batuukirivu eri Katonda, naye abakola eby'amateeka be baliweebwa obutuukirivu" (Abaruumi 2:13), ne "kubanga olw'ebikolwa by'amateeka alina omubiri yenna taliweebwa butuukirivu mu maaso Ge, kubanga amateeka Ge gamanyisa ekibi" (Abaruumi 3:20).

Ekibi kyayingira ensi okuyita mu bujeemu bwa Adamu omuntu eyasooka okutondebwa era okuva olwo ekibi ne kibuna mu bantu abatabalika okuva ku kibi eky'omuntu omu (Abaruumi 5:12, 18). Eri omuntu eyali takyasaana kitiibwa Kye, ng'ogyeeko Amateeka, obutuukirivu bwa Katonda bulagiddwa, era n'obutuukirivu bwa Katonda bujja okuyita mu kukkiririza mu Yesu Kristo olw'abo bonna abakkiriza (Abaruumi 3:21-23).

Olw'okuba "obutuukirivu" bw'omuntu bukyukakyuka okusinziira ku bitwalibwa ng'ebirungi ebya buli mulembe, tetusobola ku kitwala ng'ekipimo eky'obutuukirivu. Wabula wadde guli gutyo, olw'okuba Katonda takyukakyuka, Obutuukirivu Bwe kye kiyinza okubeera ekipimo ky'obutuukirivu ekituufu.

N'olwekyo, mu Baruumi 3:28 kye wava wasoma nti, "Kye tuva tubala ng'omuntu aweebwa obutuukirivu lwa kukkiriza awatali bikolwa by'amateeka." Kale amateeka tugaggyawo olw'okukkiriza? Kitalo, nedda, tuganyweza bunyweza (Abaruumi 3:31).

Bwe tuba nga tutuukirizibwa lwa kukkiriza, tulina okubala ebibala eby'okutuuka ku butuukirivu nga tuteebwa okuva mu bibi era ne tufuuka abaddu ba Katonda. Tulina okufuba okufuukira ddala abatuukirivu nga tweggyako agatali mazima gonna agajeemera Ekigambo kya Katonda n'okutambulira mu Kigambo Kye nga ge mazima gennyini.

Katonda abantu abayita "abatuukirivu" singa okukkiriza

kwabwe kugobererwa ebikolwa era nga bafuba okutambulira mu Kigambo Kye buli lukya, era n'alaga omulimu Gwe ng'addamu okusaba kwabwe. Katonda ayinza atya okuddamu omuntu agenda ku kanisa naye ng'azimbye ekisenge ekinene eky'ebibi wakati we ne Katonda olw'okujeemera bazadde be, nga takwatagana na baganda be, n'okwonoona mu kino na kiri?

Katonda afuula essaala y'omuntu omutuukirivu – oyo agondera era atambulira mu kigambo kya Katonda era nga yeetika wamu naye obukakafu obw'okwagala kwe eri Katonda – ey'amaanyi era ekolerawo ng'amuwa amaanyi ag'okusaba.

Mu Lukka 18:1-18 tulaba Olugero lwa Namwandu eyateganya ennyo omulamizi. Lwogera ku namwandu eyaleeta ensonga ye eri omulamuzi eyali tatya Katonda era nga tassa na mu bantu kitiibwa. Wadde omulamuzi yali tatya Katonda wadde abantu, yamaliriza ayambye namwandu. Omulamuzi yeegamba muli nti, "Newakubadde nga sitya Katonda, era sissaamu muntu kitiibwa, naye olw'okunteganya nnamwandu ono kw'antenganya nnamulamula, aleme okuntengezza ng'ajja olutata."

Olugero gye luggwera Yesu agamba, "Muwulire omulamuzi oyo atali mutuuukirivu ky'agamba. Kale ne Katonda taliramula balonde be abamukaabirira emisana n'Ekiro, ng'akyagugumiikiriza. Mbagamba nti Alibalamula mangu" (Lukka 18:7-8).

Bwe twetoolooza amaaso we tuli, waliwo abantu abagamba nti baana ba Katonda, nga basaba emisana n'ekiro era nga batera nnyo n'okusiiba, kyokka nga tebafuna kuddibwamu Kwe. Abantu ab'ekika ekyo balina okukitegeera nti tebannafuuka batuukirivu mu maaso ga Katonda. Abafiripi 4:6-7 watugamba, "Temweraliikiriranga kigambo kyonna kyonna, naye mu kigambo kyonna mu kusabanga n'okwegayiriranga awamu n'okwebazanga bye mwagala bitegeezebwenga eri Katonda. N'emirembe gya Katonda, egisinga okutegeerwa kwonna, egisinga okutegeerwa kwonna, ginaabakuumanga emitima gyammwe n'ebirowoozo byammwe mu Kristo Yesu." Omuntu gy'akoma "okutuukirira" mu maaso ga Katonda n'okusaba olw'okukkiriza mu kwagala, n'omutendera kwafunira okuddamu kwa Katonda nakwo kujja kubeera kwa njawulo. Bw'amala okutuukiriza ebisaanyizo ng'omuntu omutuukirivu era n'asaba, asobola okufuna okuddibwamu okuva eri Katonda mangu era nagulumiza Katonda. N'olwekyo, kikulu nnyo abantu okumenya ekisenge ekiri wakati waabwe ne Katonda, era ajja kubeera n'ebisaanyizo ebimuyisa "omutuukirivu" mu maaso ga Katonda, era anyiikire olw'okukkiriza ne mu kwagala.

3. Ekirabo N'amaanyi

"Ebirabo" bye birabo Bye Katonda byagabira obwereere

era nga gwe mulimu ogw'enjawuo ogwa Katonda mu kwagala Kwe. Omuntu gy'akoma okusaba, gyajja okukoma okwagala n'okusaba ekirabo kya Katonda. Wabula ebiseera ebimu, asobola okusaba ekirabo olw'okwegomba kwe okw'omubiri. Kino kiba kimuleetera okuzikirira era kino si kituufu mu maaso ga Katonda, omuntu alina okukyekuuma.

Mu bikolwa 8 tulaba omulogo eyayitibwanga Simooni, Firipo bwe yamubuulira enjiri n'atandika okumugoberera, buli yonna gye yalaganga, era ne yeewunya nnyo olw'obubonero obw'amaanyi n'eby'amagero bye yalabanga (Olunyiriri 9-13). Simooni bwe yalaba Omwoyo Omutuukirivu ng'akola olw'okuteekebwako emikono Peetero ne Yokaana, n'asaba abatume abawe feeza ng'agamba nti, "Mumpe nange obuyinza buno buli ggwe nnassangako emikono aweebwe Omwoyo Omutukuvu" (Olunnyiriri 17-19). Mu kumuddamu, Peetero yanenya Simooni ng'agamba: "Effeeza ezikirire naawe, kubanga olowoozezza okufuna ekirabo kya Katonda n'ebintu. Tolina mugabo newakubadde okugabana mu kigambo kino. Kubanga omutima gwo si mugolokofu mu maaso ga Katonda. Kale weenenye obubi bwo obwo, osabe Mukama waffe, mpozzi olisonyiyibwa ekirowoozo eky'omu mutima gwo. Kubanga nkulaba oli mu mususu ogukaawa ennyo mu nvuba y'obubi" (Olunyiriri 20-23).

Olw'okuba ebirabo biweebwa abo abalaga Katonda omulamu er ane balokola abantu, birina okulagibwa nga bitunuulirwa

Omwoyo Omutukuvu. N'olwekyo, nga tetunasaba Katonda ekirabo Kye, tulina okusooka okufuba okubeera abatuukirivu mu maaso Ge.

Ng'omwoyo gwaffe gumaze okubeera obulungi era nga tukyuse ne tufuua ekikozesebwa ekyo Katonda kyasobola okukozesa, Atukkiriza okusaba ebirabo n'okulung'amizibwa Omwoyo Omutukuvu era n'atuwa ebirabo bye tusaba.

Tukimanyi nti buli omu ku bajjajja ffe ab'okukkiriza yakozesebwa Katonda olw'ebigendererwa eby'enjawulo. Abamu baalaga amaanyi ga Katonda ag'ekitalo, abalala b'awa bunnabbi nga tebalaze maanyi ga Katonda, so nga abalala baasomesa bantu. Gye baakoma okufuna okukkiriza mu bujjuvu n'okwagala, Katonda yabongera amaanyi mangi era n'abaganya okulaga amaanyi amangi.

Bwe yali akyatwalibwa ng'omulangira ow'se Misiri, obusungu bwa Musa bw'ali bw'amaanyi okutuuka okuba nti yatta Omumisiri eyali ayisizza obubi Omuisiraeri munne (Okuva 2:12). Kyokka oluvannyuma lw'ebigezo bingi, Musa yafuuka omuntu omuwombeefu ennyo, nga muwombeefu okusinga omuntu yenna eyali abadde ku nsi era bwatyo kwe kufuna amaanyi amangi. Ye yaggya Abaisiraeri okuva e Misiri ng'alaga obubonero n'ebyewuunyo bingi (okubala 12:3).

Era tumanyi n'okusaba kwa Nnabbi Eliya nga bwe byawandiikibwa mu Yakobo 5:17-18, "Eliya yali muntu eyakwatibwa byonna nga ffe, n'asaba nnyo enkuba ereme okutonnya, enkuba n'etatonnya ku nsi emyaka esatu n'emyezi mukaaga. N'asaba nate, eggulu ne litonnyesa enkuba, n'ensi n'emeza ebibala byayo."

Nga bwe tulabye era nga Bayibuli bwe tugamba, essaala y'omuntu omutuukirivu y'amaanyi era ekolerawo. Amaanyi g'omusajja omutuukirivu ogalabirawo. Nga bwe waliwo ekika kye ssaala ng'abantu tebasobola kufuna kuddibwamu kuva eri Katonda nga ne bwe babeera basabidde essaawa ezitabalika, kyokka waliwo essaala essa amaanyi ga Katonda saako okulabisibwa kw'amaanyi Ge mu budde obutono ennyo. Katonda asanyuka nnyo okuddamu essaala ey'okukkiriza, ey'okwagala, n'okwewaayo, era aganya abantu okumugulumiza okuyita mu birabo eby'enjawulo n'amaanyi g'awa abantu.

Wabula, tetwatandikirawo kubeera batuukirivu; twamala kukkiriza Yesu Kristo lwe twasobola okufuuka abatuukirivu olw'okukkiriza. Tufuuka abatuukirivu gye tukoma okwegendereza ekibi nga tuwulira ekigambo kya Katonda, ne tweggyako agatali mazima, era emeeme yaffe n'ebeera bulungi. Era, tujja kwongera okutuukirira gye tunaakoma okutambulira mu musana ne mu butuukirivu, buli lunaku mu bulamu bwaffe tulina okuba nga tukyusibwa Katonda naffe tusobole okwogera ng'omutume Pawulo bwe yagamba nti, "Nfa bulijjo" (1 Bakkolinso 15:31).

Nkubiriza buli omu ku mmwe okwetunulamu mu bulamu bwamwe mutuuke wano era mulabe oba nga waliwo ekisenge wakati wo ne Katonda era bwe kiba bwe kityo, okimenyeemenye awatali kulwa.

Ka buli omu ku mmwe agonde olw'okukkiriza, yeeweeyo mu kwagala, era asabe ng'omuntu omutuukirivu osobole okuyitibwa omutuukirivu, era afune emikisa Gye mu buli kimu kyakola, era agulumize Katonda awatali kwe kwatirira kwonna, mu linnya erya Mukama waffe Nsabye!

Essuula 6

Amaanyi agali Mukusaba Okw'abo abeetabye awamu

Nate mbagamba nti,
Oba bannammwe babiri bwe beetabanga ku nsi
buli kigambo kyonna kye balisaba, kiribakolerwa
Kitange ali mu ggulu.
Kubanga we baba ababiri oba abasatu nga bakung'anye
mu linnya lyange, nange ndi awo wakati waabwe.

———◈———

(Matayo 18:19-20)

1. Katonda Asanyukira nnyo Okukkiriza Okusaba Kw'abo Abeetabye Awamu

Waliwo olugero Lw'ekikoreya olugamba nti, "Kirungi waakiri okusitulira awamu olupapula." Mu kifo ky'okweyawula era n'obeera nga buli kimu okikola wekka, olugero luno olw'edda lutubuulira nti, wajja kubeerawo obwangu wamu n'ebivaamu okubeera ebirungi singa abantu babiri oba okusingawo bakolera wamu. Obukristaayo bukaatiriza nnyo ekintu ky'okwagala baliraanwa baffe era ekanisa erina okulaga eky'okulabirako ekirungi mu nsonga eyo.

Omubuulizi 4:9-12 watugamba, "Babiri basinga omu, kubanga baba n'empeera ennungi olw'okutegana kwabwe. Kubanga bwe bagwa omu aliyimusa munne, naye zimusanze oyo ali yekka bw'agwa, so nga talina munne amuyimusa, Naye babiri bwe bagalamira awamu lwe babuguma, naye omu ayinza atya okubuguma bw'aba yekka? Era omuntu bw'asinga oyo ali yekka, ababiri be balimusobola, n'omugwa ogw'emiyondo esatu tegutera kukutuka." Ennyiriri zino zitusomesa nti abantu bwe babeera awamu era ne bakolagana, amaanyi mangi ne ssanyu bisobola okuvaamu.

Mu ngeri y'emu, Matayo 18:19-20 watubuulira obukulu bw'abakkiriza okubeera awamu okwetaba mu kusaba. Waliwo "okusaba okw'omuntu ssekinnoomu" nga mu kusaba okw'engeri eno abantu basabira bizibu byabwe nga bo oba ne basaba nga bwe balowooza ku kigambo kya Katonda mu kasirise, so nga "okusaba okwetabamu abangi" muno mubeera abantu bangi abakung'anye okukaabirira Mukama.

Nga Yesu bwatugamba nti "oba babiri bwe beetabanga ku nsi" ne "awali ababiri oba abasatu abakung'anye mu linnya Lyange n'abanga wakati waabwe," okusaba okwetabwamu abangi kitegeeza okusaba nga bonna basabira mu mutima gumu. Katonda atugamba nti asanyukira okuddamu okusaba kw'abo abali awamu era n'atusuubiza nti ajja kukola kyonna kye tusaba era abeere wakati waffe singa tuba tukung'anye babiri oba basatu mu linnya lya Mukama waffe.

Tuyinza tutya okuddiza Katonda ekitiibwa n'okuddamu kwe tubeera tufunye okuyita mu kusabira awamu awaka oba ku kanisa, oba mu kibiina kyaffe oba ekyo ekisabira awaka? Katwekenneenye obukulu n'engeri y'okusabamu nga tukng'anidde wamu ne tulya ku mmeera yakyo ne tusobola okufuna okuva eri Katonda ekintu kyonna nga bwe tusabira obwakabaka Bwe, obutuukirivu, ne kanisa, era ne tumuddiza ekitiibwa.

2. Obukulu Bw'okusabira Awamu

Mu kitundu ekisooka eky'olunnyiriri Essuula eno kwe yeesigamye, Yesu atugamba nti "Nate mbagamba nti, oba bannammwe babiri bwe beetabanga ku nsi buli kigambo kyonna kye balisaba, kiribakolerwa Kitange ali mu ggulu" (Matayo 18:19). Wano tulaba ekintu ekitali kya bulijjo. Mu kifo ky'okwogera ku kusaba "kw'omuntu omu," "abantu basatu," oba "babiri oba okusingawo," lwaki Yesu agamba nti "Oba bannammwe babiri bwe beetabanga ku nsi buli kigambo kyonna kye balisaba" essira n'aliteeka ku "bantu babiri"?

"Bannabwe babiri" wano kitegeeza, mu makulu aga bulijjo, buli omu ku ffe "nze" n'abantu abalala bonna. Kwe kugamba, "mmwe ababiri" kisobola okutegeeza omuntu omu, abantu ekkumi, abantu ekikumi, oba abantu olukumi, nga naawe kwe weetadde.

Olwo, amakulu ag'omwoyo aga "mmwe ababiri" ge galiwa? Tulina omuntu waffe "ow'omunda" era munda mu ffe mutuddemu Omwoyo Omutukuvu naye ng'alina embala Eyiye. Nga Abaruumi 8:26 bwe wasoma, "Era bwe kityo Omwoyo atubeera obunafu bwaffe, kubanga tetumanyi kusaba nga bwe kitugwanira, naye Omwoyo yennyini atuwoleza n'okusinda okutayogerekeka," Omwoyo Omutukuvu yennyini Yatuwoleza yafuula omutima gwaffe yeekaalu ey'okubeeramu.

Tufuna obuyinza okubeera abaana ba Katonda bwe tukkiriza Yesu Kristo ng'Omulokozi waffe bwe tukkiriza omulundi ogusooka. Omwoyo Omutukuvu azuukiza omwoyo waffe oyo abadde afudde olw'ekibi kyaffe ekyasooka. N'olwekyo, mu buli mutima gwa buli mwana wa Katonda mulimu omutima gwe ye n'Omwoyo Omutukuvu ng'alina embala ye Ye.

"Abantu babiri ku nsi" kitegeeza okusaba kw'omutima gwaffe gwe nnyini n'okusaba kw'omwoyo waffe nga ye Mwoyo Omutukuvu mu kwegayirira (1 Abakkolinso 14:15; Abaruumi 8:26). Okugamba nti "abantu babiri ku nsi nga beetabye awamu kyonna kye balisaba" kitegeeza nti essaala zino z'ombiriri ziweereddwayo eri Katonda olw'okwetaba awamu. Era, Omwoyo Omutukuvu bwe yeegatta n'omuntu mu kusaba kwe oba babiri oba okusingawo mu kusaba kwabwe, kibeera kya "mmwe ababiri" ku nsi okukkiriziganya kw'ekyo kye musabidde.

Nga tutunuulira okusaba okwetabiddwamu ababiri, tulina okwerabira ku kutuukirizibwa kw'ekisuubizo kya Mukama ekya "Nate mbagamba nti, oba bannammwe babiri bwe beetabanga ku nsi buli kigambo kyonna kye balisaba, kiribakolerwa Kitange ali mu ggulu" (Matayo 18:19).

3. Engeri Z'okusaba Essaala Ey'okwetabamu

Katonda asanyukira okusaba okwetabiddwamu, era okuddamu Kwe akuweerawo mangu, n'alaga emirimu gy'amaanyi ge aga waggulu olw'okuba abantu babeera bamusabye n'omutima gumu.

Ddala ejja kubeera ensulo ey'essanyu eritayogerekeka, emirembe, n'okugulumiza Katonda okutaggwaawo singa Omwoyo Omutukuvu wamu na buli omu ku ffe tusaba n'omutima gumu. Twandisobodde okussa wansi "okuddibwamu okw'omuliro" era ne tubeera nga tuweera Katonda obujulizi. So nga, okubeera "n'omutima gumu" si mulimu mwangu era omutima gwaffe okuba obumu kikola amakulu manene nnyo.

Katugambe omuweereza alina bakama be babiri. Ddala obuwulize bwe n'omutima tebiyawulwemu? Kati obuzibu webugira nga bakama b'omuweereza buli omu alina byayagala nga n'empisa zaabwe bya njawulo.

Era, katugambe abantu babiri balabaganye okuteekerateekera omukolo. Kyokka bwe balemwa okukwatagana mu bye bateesa, buli omu nakalambira ku kikye, kiba kisingako bo okumaliriza nga bagamba nti ebintu tebitambudde bulungi. Era, buli omu ku bo bwakola ebibye n'ekigendererwa eky'enjawulo mu mutima, enteekateeka ziyinza okubeera ng'ezitambula obulungi so nga ebivaamu biyinza obutalaga ekyo. N'olwekyo, obusobozi bw'okubeera n'omutima gumu wadde ng'osaba wekka, oba n'omuntu omulala, oba n'abantu babiri oba okusingawo kye kisumuluzo eky'okufuna okuddibwamu kwa Katonda.

Olwo tusobola tutya okubeera n'omutima gumu mu kusaba? Abantu abeetabye awamu mu kusaba balina okusaba n'okulung'amizibwa Omwoyo Omutukuvu, bawambibwa Omwoyo Omutukuvu, era bafuuke omu mu Mwoyo Omutukuvu, era basabire mu Mwoyo Omutukuvu (Abaefeeso 6:18). Kubanga Omwoyo Omutukuvu yeetika mu Ye Omwoyo wa Katonda, Anoonya ebintu byonna, n'ebyo byonna ebya

Katonda ebitategerekeka (1 Abakkolinso 2:10) era n'atuwolereza okusinziira ku kwagala kwa Katonda (Abaruumi 8:27). Bwe tusaba ng'Omwoyo Omutukuvu bwalung'anya omutima gwaffe, Katonda asanyuka okukkiriza okusaba kwaffe, era n'atuwa byonna bye tusaba, era n'addamu n'okuyaayaana kw'emitima gyaffe.

Ffe okusobola okusaba mu bujjuvu bw'Omwoyo Omutukuvu, tulina okukkiririza mu Kigambo kya Katonda awatali kubuusabuusa kwonna, nga tugondera amazima, nga tusanyuka bulijjo, nga tusaba obutalekaayo, n'okwebaza mu mbeera zonna. Tulina n'okukowoola Katonda okuva ku ntobo y'omutima gwaffe. Bwe tulaga Katonda okukkiriza okugobererwa ebikolwa nga tufuba mu kusaba, Katonda asanyuka era n'atuwa essanyu okuyita mu Mwoyo Omutukuvu. Kino kye kiyitibwa "okujjuzibwa n'Omwoyo Omutukuvu" ne "okulung'amizibwa" Omwoyo Omutukuvu.

Abakkiriza abaggya abamu oba abo ababadde tebatera kusaba babeera tebannafuna maanyi ga kusaba bwe batyo ne beesanga ng'okusaba okulimi okwetaaba nga kukooya. Abantu ab'ekika ekyo bwe bagezaako okusabira essaawa ennamba, bagezaako okusabira buli kimu kyokka ne balemwa n'okusabira essaawa ennamba. Banafuwa n'okukoowa, nga balinda obudde buyite mangu, ne bamaliriza nga bamala ga sandalaba nti basaba. Okusaba okw'ekika ekyo kubeera "kusaba kwa mmeeme" nga Katonda tasobola kuddamu kusaba kwa kika ekyo.

Abantu bangi, wadde nga babadde bajja mu kanisa n'okusoba mu myaka ekkumi, okusaba kwabwe era ku kyali okwo okwe mmeeme. Eri abantu abasinga abeemulugunya oba ne baggwamu amaanyi nti Katonda agaanyi okuddamu okusaba kwabwe, tebasobola kuddibwamu kubanga kusaba okw'emmeeme. So ng'ate si kuba nti Katonda abagyeeko amaaso Ge. Katonda awulira bulungi nnyo okusaba kwabwe; Kyokka asobola kuziddamu.

Abamu bayinza okugamba, "Ekitegeeza tekigasa okusaba olw'okuba tusaba awatali kulung'amizibwa Mwoyo Omutukuvu!" Si bwe kiri, Ne bwe babeera nga basabira mu birowoozo byabwe, bwe banyiikira okukowoola Katonda enzigi z'okusaba zijja kuguka era bajja kufuna amaanyi ag'okusaba era batandike okusaba mu mwoyo. Awatali kusaba, enzigi z'okusaba tezisobola kuggulwa. Kubanga Katonda awuliriza n'okusaba okwemeeme, era enzigi z'okusaba bwe zigguka, ojja kufuuka bumu n'Omwoyo Omutukuvu, otandike okusaba mu kulung'amizibwa kw'Omwoyo Omutukuvu, era ofune okuddibwamu kw'ebyo by'obadde osabira.

Katugambe waliwo omwana omulenzi ataasanyusa kitaawe. Olw'okuba omwana ono teyasobola kukola ebyo ebisanyusa kitaawe bwatyo n'atabaako ky'afuna okuva eri kitaawe. Kyokka olunaku lumu omwana yatandika okukola ebisanyusa kitaawe era kitaawe yatandika okulaba nti mutabani we afa ku biri mu mutima gwa kitaawe. Olwo, kati taata anaatandika kuyisa atya mutabani we? Jjukira enkolagana yaabwe tekyali nga bwe yali. Era kati taata ayagala okuwa mutabani we buli kimu n'ebyo bye yali yasaba edda. Mu ngeri y'emu, wadde okusaba kwaffe kuva mu birowoozo byaffe, bwe kuwera, tujja kufuna amaanyi g'okusaba era tutandike n'okusaba mu ngeri esanyusa Katonda nga enzigi z'okusaba bwe zituggulirwa. Tujja kufuna n'ebyo ebintu bye twali twasaba Katonda edda era tulabe nti talina na kimu kyaleeseyo wadde kitono kitya mw'ebyo bye twamusaba.

Era, bwe tusaba mu mwoyo mu bujjuvu bw'Omwoyo Omutukuvu, tetujja kunafuwa oba okusumagira oba okudda mu birowoozo eby'ensi wabula tusabe mu kukkiriza era mu ssanyu. Bwe batyo n'abo abasabira mu kibiina ky'abantu bwe balina okwetaba mu kusaba mu mwoyo mu kwagala n'omutima gumu n'okwagala kwe kumu.

Tusoma mu lunyiriri olw'okubiri Essuula eno kwe yeesigamye nti, "Kubanga we baba ababiri oba abasatu nga bakung'anye mu linnya Lyange, Nange ndi awo wakati waabwe" (Matayo 18:20). Abantu bwe bakung'ana awamu okusaba mu linnya lya Yesu Kristo, abaana ba Katonda abaafuna Omwoyo Omutukuvu nga baze okusaba nga beetabye wamu, ddala Mukama waffe anaabeera mu masekati gaabwe. Kwe kugamba, abantu mu kibiina abaafuna Omwoyo Omutukuvu bwe bakung'ana beetabe mu kusaba, mukama waffe ajja kutunuulira buli mwoyo gwa buli muntu, abagatte olw'Omwoyo Omutukuvu, era n'abalung'amya okuba n'omutima ogumu era okusaba kwabwe kujja kubeera nga kusanyusa Katonda waffe.

Wabula, ekibiina ky'abantu bwe kiba tekisobola okuba n'omutima gumu, ekibiina kyonna awamu tebasobola kwetaba mu kusaba oba okusaba kwabwe bwe kuba tekuva mu mutima gwa buli muntu eyeetabye mu kusaba wadde nga basabira ekintu kye kimu kubanga omutima gw'omu ku bbo tegwetabye na gwa mulala mu kibiina ekyo. Singa omutima gw'abantu abazze tegusobola kubeera bumu, oyo abakulembeddemu yeetaaga okuwaayo ekiseera eky'okwenenya n'okutendereza omutima gw'abantu abakung'anye gusobole okufuuka ogumu mu Mwoyo Omutukuvu.

Katonda waffe ajja kubeera wamu n'abantu abali obumu mu Mwoyo Omutukuvu, ng'alabirira n'okulung'amya omutima gwa buli ssekinnoomu eyeetabye mu kusaba okwo. Okusaba kw'abantu bwe kuba nga tekukwatagana, kirina okutegeerebwa nti Mukama waffe tasobola kubeera na bantu ba kikula ekyo.

Abantu bwe bafuuka omu mu Mwoyo Omutukuvu era ne basaba mu bumu, buli omu ajja kubeera asaba okuva mu mutima, era bajja kujjuzibwa Omwoyo Omutukuvu, batuyaane era bakakase nti Katonda agenda kubaddamu ebyo bye basabye nga bwe bajjula essanyu okuva mu ggulu. Mukama waffe ajja kubeera n'abantu abasaba mu ngeri eyo, era okusaba okw'ekika ekyo kwe kusaba okusanyusa Katonda.

Mu kusabwe okwetabiddwamu mu bujjuvu bw'Omwoyo

Omutukuvu era okuva ku mutima gwo, Nsaba nti buli ssekinoomu ku mmwe ajja kufuna ekintu kyonna ky'osaba era ogulumize Katonda bw'okung'ana n'abalala mu kibiina ekikung'anira awaka oba ku kanisa.

Amaanyi Agali mu kusaba Okw'abo abeetabye awamu

Egimu ku migannyulo gy'okusaba okwetabyemu abantu ab'enjawulo eri mu misinde abantu mwebafunira okuddibwamu okuva eri Katonda n'ekika ky'emirimu Kyalaga kubanga, nga eky'okulabirako, waliwo enjawulo nnene ddala mu bungi bw'essaala ey'eddakiika asatu ey'omuntu omu n'abantu ekkumi nga basaba ekintu kye kimu okumala eddakiika asatu. Abantu bwe basabira awamu mu bumu Katonda asanyuka okuddamu okusaba kwabwe, bajja kwerabirako okulabisibwa kwa Katonda okutasobola kukkirizika okw'emirimu gya Katonda n'amaanyi amangi ag'okusaba kwabwe.

Mu Bikolwa 1:12-15, tulaba nga Mukama waffe bwe yazuukira n'agenda mu ggulu ekibiina ky'abantu omwali n'abayigirizwa Be baakung'ananga wamu mu kusaba. Obungi bw'abantu mu kibiina ekyo bwali bunene nga bawera nga kikumi mu abiri. Mu kusaba okw'amanyi okw'okufuna Omwoyo Omutukuvu Yesu gwe yabasuubiza abantu bano baakung'ana mu kwetaba awamu okutuuka ku lunaku olwa Pentekoote.

Awo olunaku lwa pentekoote bwe lwatuuka, bonna baali

wamu mu kifo kimu. Amangu ago okuwuuma ne kuva mu ggulu, ng'empewo ewuuma n'amaanyi ne kujjuza ennyumba yonna mwe baali batudde. Ne kulabika ku bo ennimi ng'ezomuliro nga zeeyawuddemu, buli lulimi ne lutuula ku muntu. Bonna ne bajjula Omwoyo Omutukuvu, ne batanula okwogera ennimi endala, nga Omwoyo bwe yabawa okuzoogera (Ebikolwa 2:1-4).

Omulimu gwa Katonda guno nga gwa kyewuunyo! Bonna mu kwetaba mu kusaba, buli omu ku bo ekikumi abiri abaali bakung'anye yafuna Omwoyo Omutukuvu era n'atandika okwogera mu nnimi endala. Abatume era baafuna amaanyi mangi okuva eri Katonda okuba nti abantu abakkiriza Yesu Kristo era ne babatizibwa okuyita mu bubaka bwa Peetero baawera nga bisatu (Ebikolwa 2:41). Ebika bye by'amagero n'ebyewuunyo n'obubonero ebyalagibwa abatume, omuwendo gw'abakkiriza ne gweyongera buli lukya era obulamu bw'abakkiriza n'abwo ne butandika okukyuka (Ebikolwa 2:43-47).

Awo [abafuzi n'abakadde saako abawandiisi] bwe baalaba Peetero ne Yokaana, ne babategeera okuba abantu abatamanyi kusoma era abataayigirizibwa nnyo, ne beewuunya, ne babeetegereza nga baali wamu ne Yesu. Era bwe baalaba omuntu eyawonyezebwa ng'ayimiridde nabo, tebaalina kya kuddamu (Ebikolwa 4:13-14).

Obubonero n'eby'amagero bingi ne bikolebwanga n'emikono gy'abatume mu bantu, bonna mu kisasi kya Sulemaani n'omwoyo gumu. So abalala tewaali n'omu eyeng'anga okwegatta n'abo naye abantu ne babagulumizanga. Abakkiriza ne beeyongeranga okwegatta ne mukama waffe. Bangi abasajja n'abakazi. N'okuleeta ne baleetanga mu makubo abalwadde ne babateekanga ku mikeeka ne ku bitanda, Peetero bw'anajja ekisiikirize kye kituuke ku bamu. Era, ebibiina ne bikung'ananga nga biva mu bibuga ebirinaanye Yerusaalemi nga baleeta abalwadde n'abali babonyaabonyezebwa dayimooni ne bawonyezebwanga (Ebikolwa 5:12-16).

Gaali maanyi ga kusaba agaaganya abatume okubuulira mu buvumu okubuulira ekigambo, okuzibula abazibe, okutambuza abalema, n'abanafu, okuzuukiza abafu, n'okuwonya buli kika kya bulwadde, saako okugoba emyoyo emibi.

Awaddako woogera ku Peetero nga mu kiseera kino yali mu kkomera mu biseera bya Kerode (Agulipa I) nga mu biro ebyo waaliwo okuyiganya abakristaayo kungi nnyo ddala. Mu Bikolwa 12:5 tusangamu nti, "Awo Peetero n'akuumirwa mu kkomera, naye ab'ekkanisa ne banyiikiranga okumusabira eri Katonda." Peetero bwe yali yeebase, ekkanisa yali yeetabye mu kusaba ku lwa Peetero. Katonda ng'amaze okuwulira okusaba kw'ekkanisa, n'asindika malayika okutaasa Peetero.

Olunaku olwaddako Kerode yali waakuleeta Peetero

awozesebwa, omutume yali asibiddwa n'enjegere za mirundi ebiri era nga yeebase nga n'abaserikale bakuumu ku mulyango gwe komera (Ebikolwa 12:6). Kyokka, Katonda yalaga amaanyi Ge agatagambika bwe yasumululu enjegere era n'oluggi lw'ekkomera olw'ebyuma ne lwe ggula lwokka (Ebikolwa 12:7-10). Bwe yatuuka ku nnyumba ya Maryamu maama wa Yokaana, era nga bamuyita Makko, Peetero n'asanga nga abantu bangi baali bakung'anye era nga baali bamusabira (Ebikolwa 12:12). Omulimu ogw'ekyamagero ng'ogwo gw'ava ku kubeera nti ekanisa yali yeetabye wamu mu kusaba.

Ekanisa kye yakolera Peetero eyali asibiddwa kyokka, kwe kwetaba mu kusaba. Mu ngeri y'emu, obuzibu bwe buggwiira ekanisa oba ekirwadde bwe kigwiira abakkiriza, mu kifo ky'okuteekamu amagezi ag'obuntu n'engeri ze, oba okwerariikirira n'okutandika okwewanika omutima, abaana ba Katonda balina okusooka okulowooza nti ajja kugonjoola ebizibu byabwe byonna bye balina olwo ne bakung'ana wamu ne beetaba mu kusaba.

Katonda annyumirwa nnyo ng'ekanisa yeetabye mu kusaba, anyumirwa nnyo okusaba abantu kwe beetabyemu, era nga ddala addamu okusaba okw'ekika ekyo n'emirimu Gye egy'ebyamagero. Weewunye engeri Katonda gyayinza okusanyukamu ng'alaba abaana Be bazze wamu ku lw'Obwakabaka n'obutuukirivu?

Abantu bwe bajjuzibwa Omwoyo Omutukuvu era ne basaba

n'omwoyo gwabwe nga mu kusaba okwawamu, bajja kwerabira ku maanyi ga Katonda ag'amaanyi. Bajja kufuna amaanyi ag'okutambulira mu Kigambo kya Katonda, bajulire Katonda omulamu nga ekanisa ezasookawo n'abatume bwe baakola, nga bagaziya obwakabaka bwa Katonda, era ne bafuna kyonna kye basaba.

Jjukiranga nti Katonda waffe Yatusuubiza nti Ajja kutuddamu bwe tusaba nga tuli babiri. Era buli omu ategeere bulungi obukulu bw'okusabira awamu asisinkane n'abo abasabira mu linnya lya Yesu Kristo, osobole okwerabira ku maanyi g'okusaba okwetabiddwamu, era ofune amaanyi g'okusaba, era ofuuke omukozi ow'omuwendo aweera Katonda obujulizi, mu linnya erya Mukama waffe Nsaabye!

Essuula 7

Ssabanga Bulijjo era Tokoowa

N'abagerera olugero bwe kibagwanira okusabanga bulijjo obutakoowanga, ng'agamba nti,

"Waaliwo omulamuzi mu kibuga kimu, ataatya Katonda, era nga tassaamu muntu kitiibwa era waaliwo nnamwandu mu kibuga ekyo, najjanga w'ali ng'agamba nti, 'Nnamula n'omulabe wange.' N'atasooka kukkiriza, naye oluvannyuma n'ayogera munda mu ye nti, 'Newakubadde nga sitya Katonda era nga sissaamu muntu kitiibwa naye olw'okunteganya nnamwandu ono kw'ateganya nnamulamula, aleme okuntengezza ng'ajja olutata.'"

Awo Mukama n'agamba nti, "Muwulire omulamuzi oyo atali Mutuukirivu ky'agamba. Kale ne Katonda taliramula balonde abamukaabirira emisana n'ekiro, ng'akyagumiikiriza? Mbagamba nti Alibalamula mangu."

(Lukka 18:1-8)

1. Olugero Olwa Namwandu eyateganya ennyo Omulamuzi

Yesu bwe yasomesa abantu ekigambo kya Katonda, teyabasomesanga nga takozesezza ngero (Makko 4:33-34). "Olugero lwa nnamwandu eyateganya ennyo omulamuzi" nga Essuula eno kwe yeesigamye lututangaaza ku migaso gy'okusaba obutakoowa, engeri gye tulina okusaba bulijjo, n'engeri gye tutalina kukoowa.

Osaba kyenkana ki ggwe okusobola okufuna okuddibwamu okuva eri Katonda? Okubotola okyakutaddeko essira oba wabivaako kubanga Katonda tannaddamu kusaba kwo?

Mu bulamu mulimu ebizibu ebitaggwaayo n'ensonga ennene n'entono. Bwe tubuulira abantu enjiri ne tubabuulira ku Katonda omulamu, abamu abanoonya Katonda batandika okusaba okusobola okugonjoola ebizibu byabwe n'abalala okusobola okuwulira obulungi mu mitima gyabwe.

Ng'ensonga eyabaaleeta ku kanisa tetugitaddeko ssira, naye bwe tusinza Katonda era ne tukkiriza Yesu Kristo, tuyiga nti, ng'abaana ba Katonda, tusobola okufuna ekintu kyonna kye tusaba era ne tukyusibwa okufuuka abantu abasabi.

N'olwekyo, abaana ba Katonda bonna balina okuyiga okuyita mu kigambo Kye ekika ky'okusaba okumusanyusa, nga basaba nga bagoberera ebikulu mu kusaba, era bafune okukkiriza okubayamba okugumiikiriza n'okusaba okutuuka nga bafunye okuddibwamu kwa Katonda. Eno y'ensonga lwaki abantu ab'okukkiriza bamanyi bulungi nnyo omugaso gw'okusaba era tebalekaayo kusaba. Tebakola kibi ky'okulemererwa okusaba ne bwe batafunirawo kya kuddamu essaawa eyo. Mu kifo ky'okubivaako, ate beeyongera kusaba n'amaanyi.

Na kukkiriza kwa kika kino kwokka abantu kwe basobola okufunirako okuddamu okuva eri Karonda era ne balyoka bamugulumiza. So nga, wadde abantu bangi baatula nti bakkiriza, kizibu okusanga abantu n'okukkiriza okw'ekika ekyo. Yensonga lwaki Mukama waffe akungubaga ng'agamba nti "Naye, omwana w'Omuntu bw'alijja alisanga okukkiriza ku nsi?" (Lukka 18:8)

Mu kibuga ekimu mwalimu omulamuzi ataassanga kitiibwa mu muntu yenna wadde okutya Katonda era waliwo ne namwandu eyajjanga n'amwegayiriranga nti, "Nnamula n'omulabe wange." Omulamuzi ono omubi yali asuubira enguzi okuva eri nnamwandu omunaku naye nga namwandu talina wadde ensimbi okugulirira omulamuzi. Kyokka era namwandu yasigalanga ajja nga bw'amusaba kyokka ng'agaana. Olunaku lumu, n'akyusaamu mu kusalawo kwe. Omanyi lwaki? Wuliriza omulamuzi ono omubi kye yayogera:

"Newakubadde nga sitya Katonda, era nga sissamu muntu kitiibwa, naye olw'okunteganya nnamwandu ono kw'anteganya nnamulamula, aleme okuntegezza ng'ajja olutata!" (Lukka 18:4-5)

Olw'okuba namwandu ono teyakoowa kuddangayo kumusaba ekintu kye kimu, n'omulamuzi ono omubi yakkiriza okuwa nnamwandu kye yali ayagala eyamuteganyanga bulijjo.

Ku nkomerero y'olugero Yesu lwe yabagerera okubalaga ekisumuluzo eri okufuna okuddamu kwa Katonda, Yamaliriza agamba, "Muwulire omulamuzi oyo atali, mutuukirivu ky'agamba; Kale ne Katonda taliramula balonde Be abamukaabirira emisana n'ekiro, ng'akyagumiikiriza? Mbagamba nti Alibalamula mangu" (Lukka 18:6-8).

Olaba omulamuzi omubi yawuliriza ensonga ya nnamwandu, olwo lwaki Katonda omutuukirivu alema okuddamu abaana Be abamukoowola? Bwe bamalirira okufuna eky'okuddamu eri ekizibu ekimu, okusooka, bajja kusula nga batunula, nga bafuba mu mukusaba, Katonda ng'ayinza atya obutabaddamu mangu ago? Nkakasa nti bangi ku mmwe mwali muwulidde ku muntu eyali afunye eky'okuddamu wakati mu kusaba okw'okwewaayo.

Mu Zabuli 50:15 Katonda atugamba, "Era onkoowoolenga ku lunaku olw'okulaba ennaku, ndikuwonya, naawe olingulumiza Nze." Kwe kugamba, Katonda ayagala tube nga tumugulumiza olw'okuddamu okusaba kwaffe. Yesu era atujjukiza mu Matayo 7:11, "Kale mmwe ababi, nga mumanyi okuwa abaana bammwe ebintu ebirungi, Kitamwe ali mu ggulu talisinga nnyo okubawa ebirungi abamusaba!" Katonda, ataatuma Mwana We omu yekka gw'alina okutufiirira ku musalaba, ayinza atya okugaana okuddamu kw'abaana Be abaagalwa? Katonda ayaayaana okuwa Abaana be Abaagalwa eby'okuddamu mu bwangu ddala.

Kyokka lwaki eriyo abantu bangi abagamba nti bye basabye tebabibawanga wadde nga basaba? Ekigambo kitugamba bulungi nnyo mu Matayo 7:7-8, "Musabe, muliweebwa, munoonye muliraba, mweyanjule, muliggulirwawo. Kubanga buli muntu asaba aweebwa, anoonya alaba eyeeyanjula aliggulirwawo." Yensonga lwaki tekisoboka okusaba kwaffe okubeera nga tekuddibwamu. Kyokka, alemwa okuddamu okusaba kwaffe kubanga waliwo ekisenge eky'ebibi ekiyimiridde wakati waffe Naye, kubanga tetusabye kimala, oba ng'ekiseera tekinnatuuka ggwe okufuna okuddibwamu okuva Gyali.

Tulina okusaba obutalekaayo awatali kubivaamu kubanga bwe tufuba ne tusigala nga tusaba n'okukkiriza, Omwoyo Omutukuvu asuula wansi ekisenge ekibadde kiyimiridde wakati waffe ne Katonda olwo n'aggulawo ekkubo eri Katonda okuyita mu kwenenya. Okusaba kwe tusabye bwe kubeera kumala mu maaso ga Katonda, ddala ajja kutuddamu.

Mu Lukka 11:5-8, Yesu atusomesa nate ku kufuba n'okulemerako:

Ani ku mmwe alina omukwano aligenda ewuwe ettumbi, n'amugamba nti, "Mukwano gwange, mpola emigaati esatu, kubanga mukwano gwange azze, ava mu lugendo, nange sirina kya kussa mu maaso ge, n'oli ali munda n'addamu n'agamba nti, "Tonteganya, kaakano oluggi luggale, abaana bange nange tumaze okwebaka; Siyinza kugolokoka kukuwa." Mbagamba nti newakubadde nga tagolokoka n'amuwa kubanga mukwano gwe, naye olw'okutayirira kwe anaagolokoka n'amuwa byonna bye yeetaaga.

Yesu atusomesa nti Katonda tagaana naye addamu abaana Be abo abamulemeddeko. Bwe tusaba Katonda, Tulina okusaba n'obuvumu saako okufuba. Kyokka si kugamba nti olagira wabula olina okusaba ng'olina okukkiriza mu ggwe. Bayibuli eyogera nnyo ku bajjajja b'okukkiriza abaafuna okuddibwamu olw'okusaba okw'ekika kino.

Yakobo yameggana ne malayika okutuuka emmambye bwe yasala bwe yali ku mugga Yaboki, yasaba n'omutima gwe gwonna era n'asaba ekintu eky'amaanyi ennyo yasaba omukisa ng'agamba, "sijja kukuta okutuuka ng'ompadde omukisa" (Olubereberye 32:26), era Katonda n'awa Yakobo omukisa. Okuva kw'olwo, Yakobo n'ayitibwa "Isiraeri" era n'afuuka jjajja w'Abaisiraeri.

Mu Matayo 15, omukazi Omukanani yava ku mbibi eyo, yalina muwala we eyali atawanyizibwa ennyo Dayimooni n'ajja eri Yesu n'ayogerera waggulu nti, "Onsaasire, Mukama wange, Omwana wa Dawudi; muwala wange alwadde nnyo Dayimooni." Naye, n'atamuddamu kigambo (Matayo 15:22-23). Omukazi n'ajja omulundi ogw'okubiri, n'afukamira n'amusinza, era n'amwegayirira, Yesu n'amala ga muddamu nti, "Saatumibwa wabula eri endiga ezaabula ez'omu nnyumba ya Isiraeri," n'agaana okukola omukyala kye yali amusaba (Matayo 15:25-26). Omukazi bwe yamwegayirira ennyo nti, "Weewaawo, Mukama wange; kubanga n'obubwa bulya obukunkumuka obugwa okuva ku mmeeza ya bakama baabwo," awo Yesu n'amugamba nti, "Ggwe omukazi, okukkiriza kwo kunene, kibeere gy'oli nga bw'oyagala" (Matayo 15:27-28).

Mu ngeri y'emu, tulina okugoberera mu bigere bya bajjajja ffe ab'okukkiriza okusinziira ku Kigambo era tusabenga bulijjo. Era tulina okusaba mu kukkiriza, nga tukakasa nti bye tusabye bituweereddwa, n'omutima ogunyiikira. Olw'okukkiriza mu Katonda waffe oyo atukkiriza okukungula mu kiseera ekituufu, tulina okufuuka abagoberezi abatuufu aba Kristo mu bulamu bwaffe obw'okusaba awatali kulekayo.

2. Lwaki tulina Okusaba Bulijjo

Nga omuntu bw'atasobola kubeezaawo bulamu awatali kussa, abaana ba Katonda abafunye Omwoyo Omutukuvu tebasobola kutuuka ku bulamu obutaggwawo awatali kusaba. Okusaba y'emboozi gye tuba nayo ne Katonda Omulamu era omukka omwoyo gwaffe gwe gussa. Abaana ba Katonda abafunye Omwoyo Omutukuvu bwe batawuliziganya na Katonda, Omwoyo Omutukuvu ajja kuzikiza omuliro olwo tubeera nga tetukyasobola kutambulira mu kkubo ery'obulamu wabula okuwaba n'odda mu kkubo ery'okufa, era ku nkomerero n'alemererwa okutuuka ku bulamu obutaggwaawo.

So nga, okusaba kwe kunyweza okuwuliziganya ne Katonda, tujja kutuuka ku bulokozi nga bwe tuwulira eddoboozi ly'Omwoyo Omutukuvu n'okwongera okuyiga saako okutambulira mu kwagala kwa Katonda. Nga ekizibu ne bwe kijja gye tuli, Katonda ajja kutuwa engeri ey'okukyewalamu. Olw'okusaba era tujja kwerabira ku maanyi aga Katonda Ayinza byonna oyo atuzzaamu amaanyi okweng'anga n'okuwangula omulabe setaani, bwotyo n'ogulumiza Katonda n'okukkiriza okutakyukakyuka okufuula ebitasoboka okuba nga bisoboka.

N'olwekyo, Bayibuli etulagira okusaba obutalekaayo (1 Abasessaloniika 5:17) era nga kuno "Kwagala kwa Katonda" (1 Abasesaloniika 5:18). Yesu yatuteerawo eky'okulabirako ekirungi ng'asaba obutalekaayo okusinziira ku kwagala kwa Katonda nga tafudde ku kifo oba obudde. Yasabira mu ddungu, ku nsozi, ne mu bifo ebirala bingi, era yasabanga ku makya ennyo n'eyo mu matumbi.

Olw'okusaba obutalekaayo, ba jjajjaffe ab'okukkiriza baatambuliranga mu kwagala kwa Katonda. Nnabbi Samwiiri atugamba, "Era nze kiddire eri nze okusobya ku MUKAMA nga ndekayo okubasabira, naye naabayigirizanga ekkubo eddungi eggolokofu" (1 Samwiri 12:23). Okusaba kwagala kwa Katonda era nga Kiragiro Kye; Samwiri watugamba nti obutasaba obeera oyonoonye. Bwe tutasaba oba ne tuwummuza obulamu bwaffe obw'okusaba, ebirowoozo eby'ensi biyingira mu ndowooza zaffe era ne bitulemesa okutambulira mu kwagala kwa Katonda bwe tutyo ne tusisinkana ebizibu kubanga tuba tetulina bukuumi bwa Katonda. N'olwekyo, abantu bwe bagwa mu kukemebwa beemulugunya eri Katonda oba ne bawaba okuva mu makubo gaabwe. Olw'ensonga eno 1 Peetero 5:8-9 watujjukiza nti, "Mutamiirukukenga, mutunulenga, omulabe wammwe Setaani atambulatambula, ng'empologoma ewuluguma, ng'anoonya gw'anaalya. Oyo mumuziyizenga nga muli banywevu mu kukkiriza kwa mmwe, nga mumanyi ng'ebibonoobono ebyo bituukirira eri baganda bammwe abali mu nsi" era n'atukubiriza tusabenga bulijjo. Katusabe si nga waliwo bizibu byokka wabula tusabenga bulijjo, tusobole okubeera abaana ba Katonda abalina omukisa nga buli kimu kitutambulira bulungi.

3. Mu Kiseera Ekituufu Tujja Kukungula

Abaggalatiya 6:9 wasoma, "Tuleme okuddiriranga mu kukola obulungi, kubanga ebiro bwe birituuka, tulikungula, nga tetuzirise." Kye kimu n'okusaba. Bwe tusaba bulijjo okusinziira ku kwagala kwa Katonda nga tetukooye era ekiseera ekituufu ne kituuka, tujja kukungula amakungula.

Omulimi bw'abulwa obugumiikiriza nga yakasiga ensigo kyokka n'azisimayo ensigo mu ttaka, oba bwalemererwa okulabirira ensigo nga zimeze kinaaba kigasa ki okulowooza ku makungula? Okutuuka nga tufunya okuddibwamu eri okusaba kwaffe, okwewaayo n'obugumiikiriza bikulu nnyo.

Era, ekiseera eky'amakungula kyawukana okusinziira ku kika ky'ensigo esimbiddwa. Ensigo ezimu zibala ebibala mu myezi mitono nnyo so nga endala zitwala myaka. Enva endiirwa n'ensigo nga kasooli n'ebijanjaalo bikungulwa mangu okusinga appo oba muwogo. Ebimera eby'omuwendo era eby'ebbeeyi eya waggulu, obudde n'okwewaayo byetaagibwa okuteekebwamu.

Olina okukitegeera nti okusaba okusingawo kwetaagibwa ekizibu bwe kibeera kinene. Nnabbi Danyeri bwe yafuna okubikkulirwa kubikwatagana n'ebiseera bya Isiraeri eby'omu maaso, n'akungubaga okumala ssabbiiti ssatu, era n'asaba, Katonda n'awulira okusaba kwa Danyeri ku lunaku olwasooka era n'asindika malayika okukakasa nti nnabbi kino yali akitegedde (Danyeri 10:12). Wabula wadde guli gutyo, ng'omulangira w'amaanyi ag'omu bbanga bwe yalemesa malayika okumala ennaku abiri mu lumu, malayika n'asobola okujja eri Danyeri olunaku olusembayo, era olwo Danyeri lwe yasobola okukitegeera (Danyeri 10:13-14).

Kiki ekyandituuseewo singa Danyeri yabivaako n'alekera awo okusaba? Wadde yabulwa emirembe era n'amaanyi ne gamuggwamu ng'alabye okubikkulirwa, Danyeri teyalekera awo kusaba era ku nkomerero n'afuna okuddibwamu kwa Katonda. Bwe tugumiikiriza olw'okukkiriza era ne tusaba okutuuka nga tufunye okuddibwamu okuva eri Katonda, Katonda atuwa omuyambi oyo atutwala eri okuddamu Kwe. Yensonga lwaki malayika eyaleeta okuddibwamu eri Danyeri yagamba Nnabbi nti, "Naye omulangira ow'obwakabaka obw'e Buperisi n'anziyiza ennaku abiri mu lumu, naye laba, Mikayiri omu ku balangira abakulu najja okunnyamba, ne mbeera eyo wamu na bakabaka ab'e Buperusi. Kaakano nzize okukutegeeza ebiriba ku bantu bo mu nnaku ez'enkomerero, kubanga bye wayolesebwa bya nnaku ezikyali ewala nate" (Danyeri 10:13-14).

Osabira bizibu bya kika ki? Essaala yo y'eyo etuuka ku namulondo ya Katonda? Okusobola okutegeera okwolesebwa Katonda kwe yali amulaze, Danyeri yasalawo okwetowaza n'atalya mmere nnungi yonna, wadde okulya ennyama oba omwenge, wadde okwesiiga ekizigo kyonna okutuuka ssabbiiti ssatu zonna lwe zaggwayo (Danyeri 10:3). Danyeri bwe yeewombeka okumala ssabbiiti ezo esatu mu kusaba, Katonda n'awulira okusaba Kwe era n'amuddamu ku lunaku olusooka.

Wano, essira liteeke ku ky'okuba nti Katonda bwe yawulira okusaba kwa Danyeri era n'addamu okusaba kwa nnabbi olunaku olusooka, kyatwala ssabbiiti ssatu okuddibwamu kwa Katonda okutuuka ku Danyeri. Abantu bangi, bwe basisinkana ekizibu ekinene, ne bagezaako okusaba olunaku olusooka n'olw'okubiri banguwa okubivaako. Ebikolwa eby'ekika ekyo bikakasa okukkiriza okutono. Kye tusinga okwetaaga mu mulembe gwaffe olwaleero gwe mutima ogukkiririza mu Katonda waffe nga ddala Ye atuddamu, tugumiikirize era tusabe, okuddamu kwa Katonda wonna we kunaatuukira. Tuyinza tutya okusuubira nti tunaafuna okuddamu kwa Katonda nga tetugumiikiriza?

Katonda yawa enkuba mu biseera byayo, mu ddumbi ne ttogo, era yateekateeka ssabbiiti ez'ebikungulwa (Yeremiya 5:24). Yensonga lwaki Yesu yatugamba, "Kyenva mbagagamba nti Ebigambo byonna byonna bye musaba n'okwegayirira, mukkirize nga mubiweereddwa, era mulibifuna" (Makko 11:24).

Olw'okuba ne Danyeri yakkiririza mu kuddamu kwa Katonda oyo addamu okusaba, yagumiikiriza era teyalekera awo kusaba okutuuka lwe yafuna okuddibwamu kwa Katonda.

Bayibuli etugamba nti, "Okukkiriza kye kinyweza ebisuubirwa, kye kitegeereza ddala ebigambo ebitalabika" (Abaebbulaniya 11:1). Omuntu yenna bw'ava ku by'okusaba kubanga tafunye kuddibwamu okuva eri Katonda, talina kulowooza nti alina okukkiriza oba nti anaafuna okuddibwamu okuva eri Katonda. Bw'aba n'okukkiriza okutuufu, tajja kulowooza ku mbeera eriwo wabula okusaba obutalekayo. Ekyo kiri bwe kityo lwakuba akkiriza nti Katonda, oyo atukkiriza okukungula kye twasiga era atusasula ebyo bye tukoze, ddala ajja kumuddamu.

Nga Abaefeeso 5:7-8 bwe wasoma, "Kale temussanga kimu nabo, kubanga edda mwali kizikiza, naye kaakano muli musana mu Mukama waffe; mutambulenga ng'abaana b'Omusana," Ka buli omu ku mmwe afune okukkiriza okutuufu, mugume mu kusaba eri Katonda Ayinza byonna, era mufune buli kimu kye musaba mu kusaba, era mutambulire mu bulamu obujjudde emikisa, mu linnya lya Mukama waffe Yesu Kristo Nsabye!

Ebifa ku Muwandiisi:
Dr. Jaerock Lee

Dr. Jaerock Lee Yazaalibwa Muan, ekisangibwa mu ssaza lye Jeonnam, mu Nsi ye Korea, mu mwaka gwa 1943. Ng'ali mu myaka amakumi abiri, Dr. Lee yabonaabona n'endwadde nnyingi ez'olukonvuba okumala emyaka musanvu era ng'alinda bulinzi kufa awatali ssuubi lya kuwona. Wabula lumu mu biseera eby'omusana mu mwaka gwa 1974, yatwalibwa mwannyina mu kanisa era bwe yafukamira wansi okusaba, amangu ago Katonda Omulamu n'amuwonya endwadde ze zonna.

Okuva Dr. Lee bwe yasisinkana Katonda Omulamu okuyita mu ngeri ennungi bw'etyo, ayagadde Katonda n'omutima gwe gwonna era n'amazima, era mu mwaka gwa 1978 yayitibwa okuba omuweereza wa Katonda. Yasaba n'amaanyi ge gonna asobole okutegeera obulungi okwagala kwa Katonda, alyoke akutuukirize mu bujjuvu era agondere Ebigambo bya Katonda byonna. Mu 1982, yatandika ekanisa eyitibwa Manmin Central Church esangibwa mu kibuga Seoul, eky'omu nsi ye Korea, era eby'amagero bya Katonda ebitabalika, omuli okuwonya okw'ebyamagero bizze bibeerawo mu kanisa ye.

Mu 1986, Dr. Lee yatikkirwa ku mukolo Annual Assembly of Jesus ogwali mu Sungkyul Church of Korea, n'afuuka omusumba era oluvanyuma lw'emyaka ena mu mwaka gwa 1990, obubaka bwe bwatandika okuzanyibwa ku butambi mu nsi ya Australia, Russia, Philippines, n'ensi endala nnyingi ku mikutu nga Far East Broadcasting Company, Asia Broadcast Station, ne Washington Christian Radio System.

Nga wayise emyaka essatu mu 1993, Manmin Central Church yalondebwa okuba "emu ku kanisa 50 ezikulembedde mu nsi yonna" nga bino byafulumizibwa aba Christian World magazine (ng'efulumira mu Amerika) era n'afuna ekitiibwa ky'obwa Dokita mu By'eddiini okuva mu ttendekero eriyitibwa Christian Faith College, eky'omu kibuga Florida, ekisangibwa mu Amerika, era mu 1996 yaweebwa eky'obwa ssabakenkufu mu ttendekero lye Kingsway Theological Seminary, eky'omu kibuga Iowa, mu Amerika.

Okuva omwaka gwa 1993, Dr. Lee akulembeddemu okutambuza enjiri mu nsi yonna okuyita mu kuluseedi ennyingi z'akubye emitala w'amayanja nga kuluseedi eyali e Tanzania, Argentina, L.A., Baltimore City, Hawaii, ne New York City eky'omu Amerika, Uganda, Japan, Pakistan, Kenya, Philippines, Honduras, India, Russia, Germany, Peru, Democratic Republic of the Congo, Israel, ne Estonia. Mu 2002 empapula ez'amaanyi mu Korea z'amuyitanga "omusumba ow'ensi yonna" olw'emirimu gye mu nsi ez'enjawulo gye yakubanga Kuluseedi ennene ennyo.

Mu mwezi gw'okuna omwaka gwa 2016, Manmin Central Church ebadde eweza ba memba abassuka mu 120,000. So nga erina amatabi g'ekanisa amalala 10,000 agali mu Korea n'emu nsi endala, era n'aba minsani 129 beebakasindikibwa mu nsi 23, omuli ne Amerika, Russia, Germany, Canada, Japan, China, France, India, Kenya, n'endala nnyingi.

Ekitabo kino w'ekifulumidde, Dr. Lee abadde awandiise ebitabo ebirala 84, omuli ebisinze okutunda nga Okuloza ku Bulamu Obutaggwaawo nga si n'afa, Obulamu Bwange, Okukkiriza Kwanga I & II, Obubaka Bw'Omusalaba, Ekigera Okukkiriza, Eggulu I & II, Ggeyeena, ne Amaanyi ga Katonda. Ebitabo bye bikyusiddwa okudda mu nnimi ezisuka mu 75.

Waliwo obubaka bwe obuwandiikibwa mu miko gye mpapula z'amawulire ng'olwa The Hankook Ilbo, The JoongAng Daily, The Dong-A Ilbo, The Munhwa Ilbo, The Seoul Shinmun, The Kyunghyang Shinmun, The Korea Economic Daily, The Korea Herald, The Shisa News, ne The Christian Press.

Dr. Lee kati akola ng'omukulembeze w'ebitongole by'obu misani bingi saako ebibiina: nga ye Sentebe wa, The United Holiness Church of Jesus Christ; Ye Pulezidenti wa, Manmin World Mission; Permanent President, The World Christianity Revival Mission Association; Ye yatandika era ali ku bboodi ya, Global Christian Network (GCN); Mutandisi era ye Ssentebe wa Bboodi ya, World Christian Doctors Network (WCDN); era ye yatandika era ye sentebe wa Bboodi ya, Manmin International Seminary (MIS).

Ebitabo ebirala Eby'amaanyi eby'omuwandiisi y'omu

Eggulu I & II

Ekifaananyi ekiraga ekifo ekirungi ennyo abatuuze b'omu ggulu mwe babeera n'ennyinyonyola ennungi ey'emitendera egy'enjawulo egy'obwakabaka obw'omu ggulu

Obubaka Bw'Omusalaba

Obubaka obw'amaanyi obw'okuzuukusa abantu bonna ab'ebase mu mwoyo! Mu kitabo kino ojja kusangamu ensonga lwaki Yesu ye Mulokozi yekka n'okwagala okutuufu okwa Katonda.

Ggeyeena

Obubaka obw'amazima eri abantu bonna okuva eri Katonda, oyo atayagala wadde omwoyo ogumu okugwa mu bunnya bwa ggeyeena! Mujja kuzuula ebyo ebitayogerwangako ku bukambwa ate nga bwa ddala obuli mu magombe aga wansi aga geyeena.

Okuloza ku Bulamu Obutaggwaawo nga si n'afa

Obujjulizi bwa Dr. Jaerock Lee, eyazaalibwa omulundi ogw'okubiri era n'alokolebwa okuva mu kiwonvu eky'ekisiikirize eky'okufa era abadde atambulira mu bulamu bw'ekikristaayo obw'okulabirako

Zuukusa Isiraeri

Lwaki Katonda amaaso ge agakuumidde ku Isiraeri okuva olubereberye lw'ensi eno okutuuka leero? Alina nteekateeka ki gyategekedde Isiraeri mu nnaku ez'oluvannyuma, ezirindirwamu Omununuzi?

Obulamu Bwange, Okukkiriza Kwange I & II

Evvumbe ery'omwoyo erisingayo obulungi erigiddwa mu bulamu obwameruka n'okwagala kwa Katonda okutatuukika, wakati mu mayengo g'ekizikiza, n'enjegere ezinyogoga saako obulumi obutagambika

Amaanyi ga Katonda

Kye kitabo ky'olina okusoma nga kikola ng'ekirung'amya eky'omugaso omuntu mwayinza okuyita okufuna okukkiriza okwa ddala n'okulaba amaanyi ga Katonda

www.urimbooks.com

www.ingramcontent.com/pod-product-compliance
Lightning Source LLC
LaVergne TN
LVHW051950060526
838201LV00059B/3589